कुटुंबाचं महत्त्व अधोरेखित करणारी... सच्चेपणा आणि योग्य वागणुकीची शिकवण देणारी कथा.

— द इनव्हिजिबल मेन्टॉर

जॅक शॅफिर यांनी साकारलेला बहुआयामी आणि तरीही गुंतागुंतीचं व्यक्तिमत्त्व असणारा नायक 'शेन' हा सर्वोत्कृष्ट रोमॅन्टिक नायक आहे.

— ऑल अबाउट रोमान्स डॉट कॉम

'शेन' एक असा नायक आहे, जो इतर कोणाहीपेक्षा सरस आहे. त्याचा चांगुलपणा सशक्त नैतिक सामर्थ्याचे दर्शन घडवतो. हे पुस्तक एक चिंतनशील प्रवास आहे.

— क्राइसिस मॅगेझिन

'Shane' या कादंबरीचा अनुवाद

भल्या दिलाचा माणूस

जॅक शेफिर

अनुवाद
विजय तेंडुलकर

मेहता पब्लिशिंग हाऊस

◆ *या पुस्तकातील लेखकाची मते, घटना, वर्णने ही त्या लेखकाची असून त्याच्याशी प्रकाशक सहमत असतीलच असे नाही.*

SHANE by JACK SCHAEFER

© Jack Schaefer

Translated into Marathi Language by Vijay Tendulkar

भल्या दिलाचा माणूस / अनुवादित कादंबरी

अनुवाद   : विजय तेंडुलकर

author@mehtapublishinghouse.com

मराठी अनुवादाचे व प्रकाशनाचे हक्क मेहता पब्लिशिंग हाऊस, पुणे.

प्रकाशक   : सुनील अनिल मेहता, मेहता पब्लिशिंग हाऊस,
                        १९४१, सदाशिव पेठ, माडीवाले कॉलनी, पुणे – ३०.

अक्षरजुळणी   : स्वाती एंटरप्रायझेस, पुणे – ०९.

मुखपृष्ठ   : चंद्रमोहन कुलकर्णी

प्रथमावृत्ती   : ऑक्टोबर, १९६० /
                        मेहता पब्लिशिंग हाऊस यांची द्वितीय आवृत्ती : डिसेंबर, २०१९

P Book ISBN 9789353172688

E Book ISBN 9789353172695

E Books available on :   play.google.com/store/books
                                    www.amazon.in

१

एकोणनव्वदच्या उन्हाळ्यात एके दिवशी तो घोडा उडवीत आमच्या भागात आला. तेव्हा मी कोवळा पोर होतो. उतरत्या उन्हात आमच्या वेसकटीवर बसून मी काहीतरी करून मन रमवीत होतो आणि तो दिसला. सडकेच्या पार लांबच्या टोकाला, अगदी वाकणावर.

तसा तो माझ्यापासून काही मैलांच्या अंतरावर असेल; पण व्योमिंगमधल्या त्या स्वच्छ हवेत तो कसा स्पष्ट दिसत होता. त्याच्यात विशेष असं काहीसुद्धा नव्हतं. लाकडाच्या मूठभर घरांच्या मिळून बनलेल्या आमच्या गावाकडे एक कुणीतरी घोडेस्वार येतो आहे एवढंच मला वाटलं.

तो जवळ आला- कुठंही न थांबता, थबकता थेट वहाळापर्यंत आला. त्यानं वहाळ ओलांडला. तो आमच्या वस्तीच्या बाजूला आला. एक मिनिटभर थांबून त्यानं आपली वाट ठरवली आणि थेट माझ्याकडेच तो आला.

तो जवळ आला तसे प्रथम माझ्या डोळ्यांत भरले त्याचे कपडे. गडद रंगाचा सूट त्याच्या अंगावर होता. त्याचा सदरा होता चकचकीत तपकिरी रंगाचा. त्याच्या डोक्यावरची हॅट नेहमीची, राखी नाहीतर फिक्या तपकिरी रंगाची नव्हती. ती काळीशार होती. तशी हॅट मी तोवर पाहिली नव्हती. ती हॅट त्यानं डोळ्यांवर कलती घेतली होती.

या साऱ्या पोषाखातली नवी नवलाई केव्हाच ओसरून आता त्यावर गावोगावची धूळ बसली होती. धुळीचे थरचे थर त्यावर होते; पण तसा मर्दानी नोकझोंक माझ्या त्या पोरवयात मी केव्हाही पाहिलेला नव्हता.

मग पोषाखावरचं लक्ष काढून मी खुद्द त्या स्वाराला न्याहाळून घेतलं. तो फारसा उंचनिंच नव्हता. तसं म्हटलं तर रुंददेखील विशेष नव्हता– हडकुळा, सडपातळच होता. माझ्या बाबांच्या धिप्पाड मूर्तीशेजारी तो अगदीच वामनमूर्ती ठरला असता; पण खरं म्हणजे मलासुद्धा त्याची ताकद जाणवली. गडी भरदार नव्हता; पण तसा लेचापेचाही नव्हता. चांगला रगेल वाटला.

त्याचा चेहरा होता उन्हातान्हाने काळवंडलेला आणि कोरलेला. जवळ आला तशी त्याची भिरभिरती, तेजस्वी, तल्लख नजर नजरेत भरली. चहूबाजूंना जणू त्याच्याभोवती तिचा जागता पहाराच होता म्हणानात. ती नजर नजरेत घुसली आणि त्या कोवळ्या उन्हातसुद्धा अंगातून एक झिणझिणी उठली. का, कोण जाणे!

माझ्यापासून फार तर वीस कदमांवर त्यानं जनावर रोखलं. क्षणभरच त्यानं माझ्याकडे पाहून घेतलं आणि मग तो आमच्या वाडीचं निरीक्षण करू लागला. आमची वाडी म्हटल्यावर तुम्हाला वाटेल ती मोठी प्रशस्त नि लांबरुंद होती; पण तसं काही नव्हतं. मात्र, जी काही होती ती बाबांनी फार चांगल्या तऱ्हेनं जोपासली होती. सुमारे तीस जनावरांपुरता आमचा कोंडवाडा होता; पण तो होता भक्कम. तसंच धान्याची कोठीसुद्धा लहानशीच होती; पण पक्क्या बांधणीची होती.

परसातली आईनं तयार केलेली बाग म्हणजे तर एक प्रेक्षणीय दृश्यच होतं. आमच्या राहात्या घराला एकूण इन मिन तीन खोल्या. त्यांतल्या दोन मोठाल्या. एक स्वयंपाकघर आणि दुसरी निजायची खोली. स्वयंपाकघरातच आमची बैठक असे. याला जोड देऊन माझी वेगळी छोटी खोली बाबांनी काढून दिली होती. घराला पांढराशुभ्र चुनखडी रंग दिलेला होता. खिडक्या, दारं हिरवी रंगवली होती. आईच्या माहेरच्या गावी– न्यू इंग्लंडमध्ये– घरं अशी असत; म्हणून आमचं घर असं होतं. आमच्या त्या भागात त्या दिवसांत इतकं व्यवस्थित आणि सुंदर ठिकाण सापडणं मुष्कीलच होतं.

घोड्यावर मांड ठेवूनच त्या स्वारानं हे सारं एका दृष्टिक्षेपात न्याहाळून घेतलं. घराच्या पायऱ्यांच्या दुतर्फा आईनं लावलेल्या फुलझाडांवर स्वाराची नजर किंचित्काल रेंगाळली. तिथून ती माझ्यावर आली आणि पुन्हा एकदा, का, कोण जाणे, मला अंगभर एक विलक्षण शिरशिरी

जाणवली. त्यानं माझ्याकडे त्याच्याकरता आणि घोड्याकरता पाणी मागितलं. त्याच्या आवाजात मार्दव होतं, शब्दांत सौजन्य होतं.

तो घोड्यावरून उतरला तेव्हा मी आणि बाबा ते पाहत होतो. प्रथम त्यानं घोड्याला थंडगार पाणी पिऊ घातलं आणि मग तो प्यायला. घटाघटा त्यानं भांडं रिकामं केलं. मग डोक्यावरची टोपी काढून त्यानं तिच्यावरची धूळ झटकली. तोंड स्वच्छ धुतलं. हात धुतले आणि वाऱ्यावर वाळवले. मग टोपी हाती धरून, आईच्या फुलझाडांवरचं एक फूल त्यानं हळूच खुडलं, टोपीत अडकवलं. पुढच्या क्षणी टोपी त्याच्या मस्तकावर कलती विराजली आणि तो लीलेनं घोड्यावर स्वार झाला; सडकेकडे निघाला.

मध्येच थबकून त्यानं बाबांकडे, माझ्याकडे एकदा पाहिलं. त्याची नजर आता निवली होती. जिवणीवर हसू उमटलं होतं.

आपल्या मृदु आवाजात तो म्हणाला,

"थँक्यू!" आणि वळून त्यानं घोड्याला टाच मारलीदेखील.

बाबा तेवढ्यात म्हणाले, "असा घाईनं जाऊ नकोस बाबा."

बाबांचा शब्द उमटताच त्या स्वारानं आणि त्याच्या जनावरानं एकदमच आमच्याकडे टवकारून पाहिलं. स्वाराची नजर बाबांवर रोखली होती.

चांगले दोन-चार क्षण त्या दोघांनी एकमेकांकडे असं रोखून पाहिलं. एकमेकांचा अंदाजच जणू ते, मला अवगत नसलेल्या कुठल्या तरी आडाख्यानुसार घेताहेत असं मला वाटलं. मग बाबा हसले. मनाचा एकदा एक निश्चय ठरल्यासारखे ते मग त्याच्याशी बोलू लागले.

"मी म्हणतो, घाई काय आहे?" बाबांनी त्याला विचारलं. "पानं वाढायची वेळ आता झालेली आहे आणि हवं तर रात्री इथंच झोपा खुशाल."

स्वाराचा मनसुबा जणू आधीच ठरला असावा तसा तो 'थँक्यू' म्हणाला आणि घोड्यावरून उतरून जनावर त्यानं दावणीला बांधलं.

बाबा म्हणाले, "माझं नाव स्टारेट. जो स्टारेट. हा माझा पोरगा, रॉबर्ट मॅकफर्सन स्टारेट. वयाच्या मानानं याचं नांव फार बोजड आहे; त्यामुळे मी याला बिट्टूच म्हणतो."

पाहुणा म्हणाला, "मी शेन. तुमचा हा मुलगा केव्हापासून माझ्यावर डोळा ठेवून होता. ते बाकी बरंच आहे. जितकं जास्त पाहावं तितकं

माणसाला शहाणपण जास्त येतं.'' म्हणजे एकंदरीत हा शेन नजरेचा मोठा उग्र असला तरी एखाद्या बिचाऱ्या मुलाला कसं खूश करावं हे त्याला नेमकं कळत होतं. त्याच्या घोड्याची व्यवस्था ठेवण्याच्या कामात मग त्यानं मला मोकळा वाव दिला. फक्त एकदाच त्यानं मला रोखलं. मी घोड्यावरच्या जीनच्या खिशात हात घालू गेलो तेव्हा माझी बोटं त्याला टेकतात न टेकतात तोवरच त्यानं माझ्या हातून जीन काढूनसुद्धा घेतलं. हे त्यानं अगदी झटपट आणि निश्चयानं केलं.

मग आम्ही घराकडे गेलो. आई वाटच पाहत होती. चार ताटं वाढलेली होती. ती म्हणाली, ''मी तुम्हाला खिडकीतूनच पाहिलं.'' आणि पुढं होऊन तिनं पाहुण्याला अभिवादन केलं. आई आमची लहानशा कुडीची, मोठी कष्टाळू आणि हसतमुख होती. दिसायला ती गोरी होती. तिचे केस सोनेरी भुरे होते.

बाबा म्हणाले, ''मरिअन, हे मिस्टर शेन.''

''फार आनंद वाटला आपल्या भेटीनं.'' आई म्हणाली. ''यांनी तुम्हाला म्हटलं नसतं तर मी यांना हाक मारून सांगणारच होते. या भागात चांगलं जेवण मिळणं दुर्मिळ.''

आईला आपल्या सुगरणपणाचा भारी अभिमान होता. तिच्या माहेरी तिच्या आईच्या हाताखाली तिनं तो शिकून घेतला होता आणि त्याचा तिला आम्ही राहात होतो, त्या व्योमिंगच्या भागात उपयोगही फार होई.

आम्ही जेवायला बसलो. जेवण छानच झालेलं होतं. बाबा आणि माझ्या बरोबरीनं शेन जेवत होता. ते पाहताना आई खूप खुशीत होती. जेवणं झाल्यावर आम्ही चौघं शिळोप्याच्या गप्पा मारायला एका टेबलाशी बसलो. जणू काही पुष्कळ वर्षं आम्ही एकत्रच होतो, अशा थाटात गप्पा रंगल्या. मात्र, मला एक गोष्ट कळत होती, गप्पांच्या ओघात आईच्या मदतीनं, बाबा युक्ती-प्रयुक्तीनं या शेनची माहिती त्याच्या तोंडून काढण्याचा सतत प्रयत्न करीत होते. गंमत ही की, शेनला त्यांचा हा प्रयत्न कळत होता आणि अगदी अदबीनंच पण सतत आणि नेमका तो त्याला बगल देत होता.

पुष्कळ दिवस तो प्रवास करीत असला पाहिजे. कारण अगदी चेयेनपर्यंतच्या एकेक गावाची बित्तंबातमी त्याला दिसली. मला ऐकूनदेखील

माहीत नसलेल्या डॉज शहराचंसुद्धा नाव त्यानं घेतलं. मात्र, स्वतःबद्दल माहिती द्यायला तो ढिम्म तयार नव्हता. आमच्या कुरणांइतकाच त्याचा गतकाल भक्कम कुंपणात बंदिस्त होता. आम्हाला त्याच्याबद्दल कळलं ते इतकंच की, दिवसचे दिवस तो घोड्यावरून भटकत होता; उद्देश एवढाच की, हा केव्हा न पाहिलेला भाग पाहून घ्यावा.

जेवणं झाल्यावर मी आणि आईनं मिळून स्वयंपाकघरातला पसारा आवरायला सुरुवात केली. बाबा आणि शेन बाहेर अंगणात बसले होते. उघड्या दारावाटे त्यांचं बोलणं कानांवर येत होतं.

बाबा म्हणत होते, "ही खुली कुरणं फार दिवस टिकणार नाहीत, हे दिसतंच आहे शेन. चहूबाजूंनी त्यांना कुंपणं पडू लागली आहेत, वाढताहेत. गुरं पाळणं आता आपल्यासारख्या फाटक्या माणसांचा धंदा राहिला नाही. तो बड्या धंदेवाल्यांचा धंदा होतोय आणि तसा विचार केला तर त्यात तेवढा फायदाही राहिलेला नाही. जमीन लागणार पुष्कळ आणि त्या मानानं पदरात फारसं काही पडणार नाही. मला वाटतं, हा धंदा आता पूर्वीसारखा राहिलेलाच नाही."

शेन म्हणत होता, "लाख बोललात तुम्ही. मी हेच आणखी बऱ्याच शहाण्यासुरत्या माणसांकडून ऐकत आलो. त्या अर्थी हे खोटं असणार नाही."

बाबा म्हणाले, "मी काय म्हणतो शेन, यात आता यानंतर काय करायला हवं, प्रथम स्वतःची हक्काची जमीन असली पाहिजे. त्यात पुरेशी चराऊ जमीन हवी. तिला पद्धतशीर नि पक्कं कुंपणबिंपण टाकून तिच्यावर मांसासाठी गुरांची थोडीच; पण उत्तम पैदास करायला हवी. मी हे अलीकडेच चालू केलं आहे; पण नदीपलीकडे फ्लेचर म्हणून एकजण आहे; तसा मोठा गबर आदमी आहे तो, त्याच्यापेक्षा माझी पैदास वजनदार आहे आणि शिवाय सकस आहे. ही केवळ सुरुवात आहे."

बाबा पुढं म्हणाले, "या भागातली बहुतेक जमीन या फ्लेचरकडेच आहे. तसा मोठा मातब्बर दिसतो तो; पण जमिनीच्या मानानं त्याची गुरांची पैदास अगदीच कमी आहे आणि शिवाय आमच्यासारखी आणखी कुटुंबं इथे स्थायिक होत जातील, तशी त्याची जमीनही हटत जाईल. त्याच्या दृष्टीनं आम्ही छोटे लोक म्हणजे निव्वळ पीडा–

त्याच्या डोक्याला नसता ताप.''

"तसे तुम्ही आहातच.'' शेन संथपणे उद्गारला.

"बरोबर बोललात तुम्ही.'' बाबा म्हणाले. ''आतापर्यंत तो वहिवाटीनं वापरत आला तशी यानंतरदेखील नदीअलीकडची ही या बाजूची जमीन तो वापरू पाहील तर आता त्याला ते कठीण जाईल. आम्ही त्यातली पुष्कळशी व्यापली आहे. हळूहळू आम्ही थेट नदीला भिडणार, तिथंच हद्द घालणार; पण फ्लेचरला खरी भीती आहे ती वेगळीच. त्याला वाटतं की, आमची संख्या वाढत गेली तर आम्ही लोक नदीपलीकडेदेखील सरकू; त्याच्या जमिनीवर आक्रमण करू आणि मग त्याला फार जड जाईल.''

स्वयंपाकघर आवरून झालं होतं. आई मला म्हणाली, ''आता झोप बरं,'' मी जाऊन बिछान्यावर पडलो. आई बाहेर बाबा आणि शेनकडे गेली. त्यांचं बोलणं ऐकण्याचा प्रयत्न मी केला; पण ते आता फार हळूहळू चालू होतं आणि मग मला झोप लागली असावी. कारण नंतर मी आई-बाबांचं बोलणं ऐकलं ते स्वयंपाकघरात. शेन बहुतेक कोठीत बाबांनी घालून दिलेल्या अंथरुणात शिरून झोपी गेला असावा. आमच्याकडे जमिनीवर कामाला राहिलेला इसम त्याआधी कोठीत झोपे. तो नुकताच काम सोडून गेला होता.

"स्वतःबद्दल त्यानं चकार शब्द काढला नाही.'' आई बाबांना म्हणत होती. ''तुम्हाला नाही हे विचित्र वाटलं?''

"विचित्र– हो, एका अर्थी वाटलं खरं.'' बाबा म्हणाले.

आई म्हणाली, ''त्याचं सारंच विचित्र. असा माणूस मी कधी पाहिला नाही.''

त्यावर बाबा म्हणाले, ''अगं, तुझ्या माहेरच्या भागात असा माणूस तुला दिसला नाही, म्हण. आमच्या या भागात असा एखादा खास नमुना आम्हाला भेटतो तर काय झालं. मी तरी अशी माणसं, थोडीच का होईना; पण पाहिली आहेत. वाईट निघाली तर भारी त्रासदायक आणि चांगली असली तर इतकी चांगली की, जान देतील; पण इमान देणार नाहीत.''

आई म्हणाली, ''तसा मला चांगला वाटला हो तो. वृत्तीनं सात्त्विक आहे. इकडच्या माणसांसारखा जंगली नाही; पण काहीतरी चमत्कारिक

आहे त्यात एवढं खरं. त्याच्या त्या सात्त्विक वागण्यामागे काहीतरी...
कसं सांगू? पण मला मात्र तो तेवढा सरळ वाटला नाही.’’

यावर बाबा म्हणाले, ‘‘ते मलाही मोठं विलक्षण वाटलं. अगं, एवढा
विश्वासू माणूस कधी आपल्याला भेटलाच नाही असं मी म्हणतो.’’

२

सकाळी मी जागा झालो. स्वयंपाकघरात जातो तो बाबा आणि शेन न्याहारी करीत होते.

शेन म्हणाला, ''गुड मॉर्निंग, बिट्टू. तुझ्या वाटणीची न्याहारी लवकर संपव; नाहीतर मी ती मटकावीन! तुझी आई स्वयंपाक मोठा मस्त करते. पुष्कळ खात जा आईच्या हातचं; म्हणजे तुझ्या बाबांपेक्षा मोठ्ठा होशील.''

आई हसली. ती म्हणाली, ''मला समजतो एकेक बोलण्याचा अर्थ. आणखी न्याहारी हवी; होय ना?''

आमच्या घरचं वातावरण नेहमीच असं आनंदी आणि खेळीमेळीचं असे. त्या दिवशी सकाळी तर त्याची फार जरुरी होती. कारण, हवेत एक उदास गारठा होता. वादळ होऊ घातलं होतं. आमच्याकडे उन्हाळ्यात अशी आकस्मिक वादळं होत; जोरदार पाऊस पडे.

शेननं न्याहारी संपवली. तो वळून खिडकीबाहेर डोकावला. मग टेबलाजवळून तो उठू लागला, तशी आईनं त्याला हटकलं.

''असल्या हवेत प्रवासाला निघायचं नाही बरं का. जरा थांबा. हवा निवळेल. पाऊस थांबला की, निघा. या दिवसांत आला तरी फार टिकत नाही तो.''

बाबा म्हणाले, ''ही म्हणते ते खरं आहे. या दिवसांतला पाऊस भुरटा; पण गंमत काय आहे की, त्यानं आज सडक प्रवासाला सोयीची मात्र राहणार नाही. असं करा. आज इथंच राहा आणि आमची ही वाडी जरा पाहून तरी घ्या.''

बाबांनी आईकडे पाहिलं. तिला मोठं नवल वाटलेलं दिसत होतं. ते रास्तही होतं. मनातले एकेक बेत प्रत्यक्षात आणण्याच्या दृष्टीनं

बाबा अष्टौप्रहर आपले कामात राबत असत. आईलाच त्यांना 'पुरे', 'पुरे' म्हणून परोपरीनं अडवावं लागे; सक्तीनं विश्रांती घ्यायला भाग पाडावं लागे आणि आता बाबा स्वतःच एक दिवस वाया घालवायला निघाले होते!

आई म्हणाली, "राहा की मिस्टर शेन. आम्हाला फार बरं वाटेल राहिलात तर. या बाजूला आधी बाहेरचं कुणी फिरकणं शक्य नसतं. त्यात तुम्ही आलात ते लगेच जाऊ नका. माझ्या मनात एकदा 'अॅपल केक' करून पाहायचंही आहे. ऐकून ऐकूनच करून बघणार आहे. आमच्या घरच्यांना दिसेल ते खाणंच समजतं. बरं-वाईट त्यांना काही म्हटल्या काही कळत नाही."

"शिवाय," आई म्हणाली, "हल्ली शहरातल्या बायकांत कसल्या कसल्या नवीन फॅशन्स निघाल्या आहेत, तेही मी तुम्हाला विचारून घेणार आहे. तुम्हाला ते पाहण्याची दृष्टी आहे, त्या गोष्टींची समज आहे. मला सारं सांगा आणि मग हवं तर जा कुठं ते."

निग्रहानं उठू लागलेला शेन पुन्हा खुर्चीत मागे टेकला. त्याच्या गंभीर मुद्रेवर एक बारीकसं स्मित फुटलं. तो म्हणाला, "मला फॅशन्सबिशन्स कळत असतील असं एरवी कुणी म्हटलं नसतं."

शेन जात नाही याचं बाबांना बरं वाटलं. ते हसत म्हणाले, "हे पाहा, तिला उगीच त्या फॅशन्सबिशन्सबद्दल काही सांगू नका. नाहीतर मला उगीच धट्टा!"

बाबा हे मनापासून म्हणालेले नाहीत हे आईनं ताडलं. कारण तिला काहीही हवं असलं की बाबा ते हटकून, काय वाटेल ते करून आणून देत असत.

आई फॅशन्सबिशन्सचं बोलली ते, शेनला ठेवून घेण्याच्या दृष्टीनं बाबांना सोपं जावं म्हणूनच, हे मलाही समजलं; पण आईनं तर एकेक चौकशीला सुरुवातही केली. गावागावांची नावं घेऊन ती काहीबाही विचारू लागली. शेनही आरामात बसून तिला एकेक गोष्ट सांगू लागला.

शेनसारख्या बाप्यानं असल्या बायकी गोष्टी कराव्यात हे मला आवडलं नाही. खुळेपणाचं वाटलं आणि तरी शेन आपला आईशी बोलतच होता. बाबा ऐकत होते. यात त्यांना फारसा रस नव्हता,

तरीपण याला त्यांचा विरोधही नव्हता. एवढंच ते दाखवीत होते. बाहेरची पावसाची झड आता फार लांब कुठंतरी पडत असावी अशी वाटत होती; कारण स्वयंपाकघरातलं वातावरणच मोठं जिव्हाळ्याचं आणि अगदी घरेलू होतं.

केव्हातरी मध्येच आई म्हणाली, ''अहो, पाहा तरी ऊन पडलं!''

आणि खरंच बाहेर चकचकीत ऊन पडलं होतं. पाहावं तिकडे कोवळीक, टवटवी, उल्हास पसरला होता. असं वाटत होतं की, बाहेर धावावं आणि त्या हिरव्यागार उल्हासात गडबडा लोळावं, नाचावं, बागडावं, गावं. बाबांना असंच वाटलं असावं; कारण उडी मारून ते ओरडले, ''शेन, चलो! माझ्या गव्हावर पाहा पावसानं कशी जादू केली असेल ती! अरे, रोप वाढताना दिसेल, वाढताना!''

शेन जेमतेम एका पावलानंच बाबांच्या मागे होता; पण मीच दाराशी प्रथम पोहोचलो. आमच्या मागोमाग आई आली. बाहेर उघड्यावर येऊन उभी राहिली. बाबा, शेन आणि मी साऱ्या वाडीभर हिंडलो. सारा वेळ बाबा एकसारखे बोलत होते. आम्ही गुरांच्या गोठ्याकडे पोहोचलो तशी ते मध्येच थबकले. शेनचं आपल्या बोलण्याकडे नीटसं लक्ष नाही, हे आता त्यांच्या लक्षात आलं. ते गप्प झाले. आमच्या साऱ्या वाडीत एका विशिष्ट ठिकाणीच शेन टक लावून पाहत होता. कोठीमागच्या मोकळ्या जागेत ते ठिकाण होतं. आम्ही राहायला येण्याआधी पुष्कळ दिवस मेलेल्या एका झाडाचा चांगला मोठा आणि भला जाडजूड बुंधा तिथं शिल्लक होता. झाड कुठल्या तरी वादळात उन्मळून पडलं असावं. हा बुंधा एवढा मोठा होता की, त्यावर साऱ्या कुटुंबाचं जेवण वाढता आलं असतं.

तो बुंधा थोडाथोडा फोडून काढण्याचं काम बाबा अधूनमधून करीत असत; पण कामाचा वेग फार संथ होता. अगदी बाबांच्या दृष्टीनंही संथच होता. ते लाकूडच एवढं टणक होतं की, एकावेळी फार थोडं तोडून होई. आमच्या भागात अशी, या जातीची झाडं फार नव्हती; पण होती त्यांत लोखंडाचा अंश होता.

बाबांनी तो बुंधा जाळण्याचाही प्रयत्न केला होता; पण आगीला त्यानं मुळीच दाद दिली नाही. उलट त्यानं तो जास्तच टणक बनला. म्हणूनच मग थोडाथोडा करून तोडावा लागत होता.

आता बाबा त्याकडे गेले आणि जातायेता मारीत तशी एक लाथ त्यांनी त्याला मारली. ते म्हणाले, ''या एवढ्याच एका बाबतीत माझा इलाज चाललेला नाही; पण मी त्याचा पिच्छा सोडलेला नाही. या मनगटातल्या ताकदीपुढे फार दिवस टिकणारं लाकूड अजून निर्माण व्हायचंय!''

पुढ्यातल्या जित्याजागत्या माणसाकडे पाहावं तसं त्यांनी त्या बुंध्याकडे पाहिलं. ते म्हणाले, ''त्याचं असं झालंय शेन, इतके दिवस मी त्याच्याशी सामना दिला आणि तो देतादेताच अलीकडे याच्याबद्दल एक लोभ पण जडून राहिलाय!''

पुन्हा एकवार, असं मजेनं बडबडताना बाबांच्या लक्षात आलं की, शेनचं आपल्या बोलण्याकडे लक्षच नाही. एका लांबच्या कुठल्यातरी आवाजाकडे कान देऊन तो निश्चल उभा होता आणि खरंच, सडकेवर घोड्याच्या टापा वाजत होत्या.

''आणि म्हणे सडक प्रवासाला सोयीची नाही!'' शेन बाबांकडे पाहत लटक्या रागानं हळुवारपणे म्हणाला, ''मिस्टर स्टारेट, थापा मारण्याचा सराव दिसत नाही तुम्हाला.''

यावर बाबा हसले. ते म्हणाले, ''हा येतो आहे हा जेक लेडयार्ड. मला वाटतच होतं, तो या सुमाराला इकडे फिरकेल असं. मला हवा तो 'कल्टिव्हेटर' त्यानं आणलाय का पाहू या.''

जेक लेडयार्ड दिसायला बुटकासा, हडकुळा, लांब चेहऱ्याचा होता. गावातल्या दुकानांत न मिळणाऱ्या वस्तू शहरातून आणून तो गावकऱ्यांना देई. दर दोन महिन्यांनी त्याची फेरी असे. मला तो तितकासा आवडत नसे. तो उगीच हसत असायचा आणि त्या हसण्यातही मोठीशी अस्सल आपुलकी असे असं नव्हे. धंद्याचा भाग म्हणून तो हसायचा.

तो त्याच्या घोडागाडीतून उडी मारून खाली उतरला. बाबा त्याला भेटायला पुढं झाले. शेन घरातच राहिला.

लेडयार्ड बाबांना पाहून हसत म्हणाला, ''काय मिस्टर स्टारेट, बराय ना? मी म्हणत होतो तुम्हाला मागे, काय ते सांगा. – बरोबर! एक सुरेखसा कल्टिव्हेटर –'' त्यानं गाड्यावरची कनात दूर करून एक नवा चकचकीत कल्टिव्हेटर बाहेर ओढला. ''या खेपेला

याच्या तोडीचं खरं म्हणाल तर आपल्यापाशी दुसरं काही नाही.''

बाबा म्हणाले, ''बरं केलंस बाबा, आणलास ते. मी त्याचीच वाट पाहत होतो; पण किंमत मात्र जबर लावू नकोस हं. काय म्हणतोस याचं?''

''किंमत – खरं म्हणजे –'' लेडयार्ड घोटाळत उत्तर देऊ लागला. ''त्याचं काय आहे मिस्टर स्टारेट, गेल्या खेपेस आपलं बोलणं झालं ना, त्या वेळी माझा अंदाज होता त्यापेक्षा खरं म्हणजे जास्त किंमत पडली याला. आता तुम्हाला ती वाटेल भारी; पण मला तरी तसं वाटत नाही. वस्तू तर पाहा, एकदा नजर तर टाका. एवढं काम देईल की, किंमत भरून येऊन वर पुष्कळ मिळवाल असं म्हणा तुम्ही! अहो तुम्हीच काय, तुमचा हा मुलगासुद्धा हाच कल्टिव्हेटर वापरील!''

बाबा म्हणाले, ''माझ्या प्रश्नाचं उत्तर अद्याप तू दिलंच नाहीस लेडयार्ड.''

आता लेडयार्डनं वेळ घालवला नाही. तो म्हणाला, ''असं करतो, तुमच्याकरता मी थोडीशी घस सोसतो, झालं. एकशे दहा डॉलर्सना घेऊन टाका.''

आणि मध्येच शेनचा धारदार आवाज ऐकून मीही चक्करलो. तो म्हणाला, ''चेयेनमध्ये एका दुकानात असाच एक कल्टिव्हेटर मी पाहिला आहे. किंमत फक्त साठ डॉलर्स.''

प्रथमच आता लेडयार्डच्या मुद्रेवरचं हसू मावळलं. या नव्या, अपरिचित माणसाकडे तो नापसंतीनं, रागानंच पाहू लागला. तो म्हणाला, ''मिस्टर, तुम्हाला यात आता कुणी काही विचारलं होतं?''

''नाही.'' शेन शांतपणे म्हणाला. ''कुणीही काही विचारलं नव्हतं.'' तरीही शेन जागचा थोडासुद्धा हलला नाही आणि जास्त एक अवाक्षरही बोलला नाही. तो नुसता उभा राहिला. लेडयार्ड बाबांकडे वळून भराभर बोलू लागला.

''यांच्याकडे फार लक्ष द्याल तर एक चांगला सौदा गमवाल, मिस्टर स्टारेट. मी या बाजूला गावोगाव ऐकलंय यांच्याबद्दल. कुणाला यांच्याबद्दल काहीच माहिती नाही. ना आगा, ना पिछा; पण मला वाटतं, मी बरोबर ओळखलीय आतली खूण– जरा जपा– असं वाटेल त्याला विचारपूस न करता घरात घेणं धोक्याचंच–''

"ते नंतर बोलू." बाबा म्हणाले, "कल्टिव्हेटर द्यायचा तर बाजारातल्या वाजवी किमतीला देऊन टाक पाहू."

"माफ करा. मी एकदा म्हणालो ते कायम. एकशे दहा. एक छदाम कमी नाही की जास्त नाही. मुळात याच किमतीत घट्ट बसतेय मला; पण आता तुमच्यासारख्याशी संबंध म्हणून हवा तर शंभरला सौदा पटवतो, आहे कबूल?" बाबांचं उत्तर काय येतं याची वाट पाहत लेडयार्ड थांबला. बाबा उत्तर देत नाहीत असं पाहून तो पुढं म्हणाला, "या साहेबांनी चेयेनमध्ये पाहिला असेल असा दुसरा; पण मी सांगतो, तो याच्या निम्म्या आकाराचा असणार. मग तो साठाला का नाही मिळणार? अगदी चाळीसलासुद्धा मिळेल!"

बाबा काही बोलले नाहीत. ते लेडयार्डकडे नुसतेच बघत होते. शेन काय म्हणाला तेसुद्धा त्यांनी ऐकलं नसेल असंच कुणालाही वाटलं असतं; पण त्यांचे ओठ एकमेकांवर दाबून बसले होते आणि बाबा असे दिसत तेव्हा ते कुठलातरी अप्रिय विचार मनात घोळवताहेत असं निश्चित समजावं. बाबा बोलतील म्हणून वाट पाहून अखेर लेडयार्ड बडबडू लागला.

"स्टारेट, तुम्ही माझा शब्द मानणार आहात की त्याचा– एका भटक्या भिकारड्याचा? पाहा- त्याचा नूर पाहा, कपडे पाहा. भिकारडा तो भिकारडा आणि–"

आणि झटका बसल्यागत लेडयार्ड थांबला. एक पाऊल मागे झाला. त्याचा चेहरा भीतीनं आक्रसला. का ते मला समजलं. मी तत्काळ शेनकडे पाहिलं. त्याला प्रथम पाहताना जाणवली, तीच- तशीच-झिणझिणी माझ्या कण्यात आता उलटसुलट धावली. काळीज थबकलं. शेन ताठ उभा होता. त्याचे बाहू त्याच्या दोन बाजूंना दबा धरलेल्या श्वापदासारखे राहिले होते. त्याचे डोळे लेडयार्डवर रोखलेले होते. त्याच्या साऱ्या अंगातच जणू एक जबरदस्त स्प्रिंग, करकचून मोकळी सुटण्यासाठी थांबली होती.

बाबा लेडयार्डकडे पाहत होते. संथपणाने ते म्हणाले, "होय, लेडयार्ड, मी त्याचा शब्द मानणार! मी ठेवून घेतलं म्हणूनच तो माझ्या इथं राहिला आहे; पण खरं कारण हेही नव्हे." आता ते नजर वळवून लांब लांब, अगदी नदीपार पाहू लागले. म्हणाले, "मलाही

माणसांची चांगली पारख आहे, लेडयार्ड हा पाहुणा केव्हाही, काहीही म्हणाला तरी मी ते डोळे मिटून मानीन.''

बाबा अधोमुख झाले. मग लेडयार्डला म्हणाले,

''साठात जमत असेल तर पाहा. वर इथवर आणण्यासाठी म्हणून दहा जास्त घे. माझ्याकरता विकत घेतलास, त्याचे हवे तर आणखी दहा लाव. एकंदर ऐंशी होतात. एवढ्यात द्यायचा असेल तर दे; नाहीतर चालू लाग आणि लवकर जाशील तेवढं तुला बरं आणि मलाही बरं.''

लेडयार्डनं म्हटलं, ''आणा पैसे.''

बाबा घरात- बेडरूममध्ये गेले. तिथे त्यांनी एका छोट्याशा फडताळात चामड्याच्या पिशवीत आमचे पैसे ठेवलेले होते. ते हातात काही चुरगळलेली बिलं घेऊन आले. या वेळपर्यंत शेन एका जागी उभाच होता. तो बिलकूल वळत नव्हता. त्याचा चेहरा ताठरलेला होता आणि नजर बाबांमागे हलत होती.

लेडयार्डनं सौदा पुरा केला आणि अगदी वेगानं तो वाडीवरून निघून गेला. बाबा, मी शेनकडे वळला; पण तो कुठं होता? तो अदृश्य झाला होता. ''हा एवढ्यात गेला तरी कुठं?'' असं बाबा म्हणताहेत तोच शेन घरामागून आला. मोठमोठी झाडं तोडायला बाबा वापरीत ती अवजड कुऱ्हाड त्याच्या हाती होती. घराच्या दुसऱ्या अंगानं तो कोठीला वळसा घालून चालत गेला. तो दिसेनासा होईतोवर आम्ही त्याच्याकडे पाहत होतो आणि मग कुऱ्हाडीचे लाकडावर कचाकच पडणारे घाव आम्हाला ऐकू येऊ लागले.

त्या आवाजानं मला काय वाटलं ते सांगता येत नाही. प्रत्येक घावासरशी माझं शरीर आपादमस्तक थरारत होतं. असा अनुभव पूर्वी कधीही आला नव्हता. या आवाजानंच या नव्या पाहुण्याविषयीची माझ्या मनातली धास्ती पार पळाली, भीतीची शिरशिरी गेली आणि पुन्हा केव्हाही ती जाणवली नाही. आता हा पाहुणा 'पाहुणा' नव्हता. तो बाबांसारखाच एक होता. तो आमच्यातला होता.

बाबांना काय वाटत होतं ते पाहण्यासाठी मी त्यांच्याकडे पाहिलं; पण ते लांबलांब ढांगा टाकीत चालूही लागले होते. मोठ्या कष्टानं मी धावतच त्यांच्यामागून गेलो आणि आम्हाला शेन दिसला. त्या भल्या

मोठ्या बुंध्याशी तो उभा होता. कुऱ्हाड सरसावीत होता.

बाबा म्हणाले, "हे बघा, हे तुम्ही करण्याची काहीच– "

शेननं आमच्याकडे सरळ पाहिलं. तो म्हणाला, "आपल्यासाठी कुणी काही करतं तर त्या बदल्यात आपणही केलं पाहिजे. घ्यायचं त्याचा मोबदला दिलाच पाहिजे." आणि पुन्हा त्याचे एकाहून एक अचूक घाव त्या अवजड बुंध्यावर पडू लागले.

मी म्हणालो, "आम्हाला नको तुमच्याकडून मोबदला. आमच्याकडे तर कितीतरी वेळा कुणीकुणी जेवायला व राहायला असतं– "

बाबांचा हात माझ्या खांद्याभोवती आला. ते म्हणाले, "बिट्ट्या, चुकतोस तू. जेवण्या-राहण्याबद्दल नाही त्यांचं म्हणणं." बाबांच्या मुद्रेवर एक प्रेमळ स्मित होतं. शेनकडे ते एकटक पाहत होते, बस्स!

ते दृश्य मोठं विलोभनीय होतं, बाबा ज्या बुंध्याशी झटापट करीत तेव्हाही ते सारं पाहण्यालायक असे. ते एखाद्या दांडपट्ट्यासारखी सफाईनं कुऱ्हाड हाताळीत आणि जीव खाऊन एकेक घाव टाकीत. शेनमध्ये तो जिवाच्या कराराचा त्वेष, आवेश नव्हता. अगदी सहजपणे पण ताकदीनं तो घाव घालीत होता. शरीर आणि हत्यार जणू एकजीव झाली होतं.

बाबा आता त्या बुंध्याकडे पाहू लागले. पाहतापाहता ते त्या भोवती चौफेर फिरू लागले. वेगवेगळ्या बाजूंनी त्याचं निरीक्षण करू लागले. मागे जणू त्यांनी तो पाहिलाच नव्हता, इतकी त्यांची नजर बारकाईची होती. मग लगबगीने ते निघून गेले. एका मिनिटात ते दुसरी कुऱ्हाड हाताळीत परत आले. ही दुधारी होती आणि माझ्याच्याने उचलत नसे एवढी जड होती.

शेनच्या विरुद्ध बाजूला ते पाय रोवून उभे राहिले. त्यांच्या चेहऱ्यावर उत्साह होता. उमेद होती. एखाद्या लहान मुलानं खेळणं हाताळावं तसे ते कुऱ्हाडीनं अगदी लीलया त्या बुंध्यावर घाव टाकू लागले. मग शेन जरा थांबला. बाबा थांबले. बुंध्यावरून दोघांची दृष्टभेट झाली. कुणी काही म्हटलं नाही आणि दोन्ही बाजूंनी निकरानं घाव पडू लागले...

३

प्रथम प्रथम तसं त्यांच्याकडे पाहणं मजेचं वाटत होतं. दोघांचे घाव पाठोपाठ त्या बुंध्यावर पडत होते आणि लाकडाच्या लहान-मोठ्या ढलप्या डौलदारपणे इकडे-तिकडे उडत होत्या; पण हे इतक्यात संपत नाही असं दिसू लागलं तेव्हा मी तिथून लांब गेलो. परसाशीच आई भेटली.

माझी आई केव्हाही पाहिली तरी कशी टवटवीत आणि छान वाटे. तिनं तिची जुनी हॅट शेननं सुचवलेल्या एका फॅशनप्रमाणं नवी बनवली होती आणि ती तिला शेनला दाखवायची होती.

ती बुंध्याकडे गेली. मी मागे होतोच. बाबा अन् शेन कामात एवढे गढले होते की, आईकडे वळून पाहायलाही त्यांना अवसर नव्हता.

अखेर आईच म्हणाली, "एवढं अगदी न पाहण्याइतकं कसलं काम काढलंय तुम्ही दोघांनी?"

आता दोघंही थांबले. दोघांनी आईकडे पाहिलं.

"कशी जमलीय ?" आईनं शेनला विचारलं, "अशाच असतात का शहरातल्या नव्या हॅट्स?"

शेन म्हणाला, "हो. जवळजवळ अशाच." आणि तो कामाला लागला.

आई बाबांना म्हणाली, "एवढं काही कामात असल्याचं दाखवायला नको. मी या नव्या हॅटमध्ये कशी दिसते ते सांगितलं तर काही बिघडणार नाही."

बाबा म्हणाले, "आता किती स्तुती करून घ्याल? हॅट नवी असो की जुनी असो, ती असो की नसो. माझ्या दृष्टीनं तुम्ही अत्यंत सुंदर दिसता. हेच का वारंवार सांगायला लावता? हं! चला, निघा आता.

आम्हाला काम करू द्या.'' आणि त्यांनी बुंध्यावर कुऱ्हाड उगारली.

इकडे आई बाबांच्या शब्दांनी दुखावून लालेलाल झाली होती. तिला भलताच राग आला होता. डोक्यावरची हॅट झटक्यानं काढत ती म्हणाली, ''आज विश्रांती घेणार म्हणालात ती हीच वाटतं विश्रांती?''

बाबांनी आता एकवार कुऱ्हाड खाली रोवली आणि त्यावर रेलून ते म्हणाले, ''हे बघ, ते तुला नाही कळायचं मरिअन; पण गेल्या कित्येक वर्षांत असा विसावा मला मिळाला नाही.''

आई म्हणाली, ''तर मग आता जरा थांबवा तुमचा विसावा आणि मी सांगते ते काम करा! जेवायला चला. स्वयंपाक तयार आहे.''

आई वळली आणि तरातरा थेट घरात गेली. आम्ही मागोमाग गेलो. जेवणात कुणाचंच मन नव्हतं. आई तशी खूप चांगली वागत होती. अगत्यानं वाढत होती, विचारत होती. अवांतर गोष्टी करीत होती; पण यात तिच्या हॅटविषयी अवाक्षर नव्हतं आणि जीवही नव्हता. प्रयत्नपूर्वक ती हे सारं करीत होती, अगदी आटापिटा करून आणि हे मला दिसत होतं.

बाबा, शेन यांचं तिच्या बोलण्याकडे फारसं लक्ष नव्हतं. ती सरळसरळ विचारी तेवढ्याचीच ते उत्तरं देत; बाकी त्यांची मनं होती त्या बुंध्याच्या विचारांत. ते काम एकदाच उरकण्याच्या विवंचनेत ते होते.

मग ते जेवून उठून बाहेर निघून गेले. मी आईला कामात मदत करीत होतो. आई काम करताकरता गुणगुणू लागली तशी मला कळलं की, आता तिचा मघाचा राग गेला आहे, त्याचा मागमूससुद्धा नाही.

तिनं मला विचारलं, ''बाहेर काय झालं बिट्टू? कशानं या दोघांच्या डोक्यात तो बुंधा भरला?''

मलाही ते नीटसं माहीत नव्हतं. लेडयार्ड आणि शेनचा ताजा प्रसंग तेवढा तिला सांगण्यासारखा माझ्याकडे होता. तो मी तिला सांगितला.

''शेनची तुला भीती वाटली बिट्टू?''

मी म्हणालो, ''मला ना? भीती नाही वाटली– पण काय आहे की, मला म्हणजे, मला मुळी भीतीच वाटली. पुढं काय घडेल, तो काय करील कोण जाणे, असं वाटलं.''

ती मृदु स्वरात म्हणाली, ''कळलं. मलाही तसंच वाटतं आहे. हे काय करतात ते विचारानं करत असले म्हणजे मिळवली.'' बोलताबोलता ती खिडकीशी गेली. तिनं बाहेर, लांब पाहिलं. मग वळून ती मला म्हणाली. ''जा आता, पळ. उरलेलं काम उरकीन मी. जा–''

आता बाबा आणि शेनना बुंध्याचं कंटाळवाणं काम करताना पाहत बसण्याची माझी इच्छा नव्हती. मी आईनं केलेल्या बगीच्यात गेलो. पावसामुळे तिथं काय काय नवीन घडलं होतं ते मला पाहायचं होतं.

मी मनमानी फिरलो. खूप दूरवर भटकून आलो. कितीतरी वेळ मी तसाच रेंगाळत, हिंडत होतो; पण जाईन तिथं कुऱ्हाडींच्या घावांचे ते आवाज मला ऐकू येतच होते. आता मला त्यांचा कंटाळा आला होता. किती वेळ हे दोघं असं काम करणार आणि कसं करणार, असं वाटत होतं.

मी नदीशी वेळ काढत राहिलो. पाण्यात चपटे दगड मारण्याचा छंद करावा तेवढा थोडाच! काही वेळ हा उद्योग केला; पण इथंही कुऱ्हाडींचे आवाज पाठ पुरवीतच होते. मला झाडाच्या त्या बुंध्याकडे खेचत होते. तासन्तास बाबा आणि शेन हा एकच उद्योग– तोही इतक्या कष्टाचा– कसा करीत असतील ते मला समजत नव्हतं. माझ्या दृष्टीनं त्यात अर्थ नव्हता. एका निरुपयोगी बुंध्यावर एवढे कष्ट ते का? मी रेंगाळतच त्या दिशेला आलो आणि जवळ आल्यावर कळलं की एकच कुऱ्हाड चालते आहे.

घाईघाईनं मी तिकडे गेलो. शेन अद्याप काम करीत होता. बुंध्याचा उरलेला शेवटचा बुडखा तोडीत होता. माझ्यासमोरच, बाबांनी खाली वाकून त्या वरच्या बुंध्याला आपला रुंद, भरीव खांदा लावला आणि सारी ताकद लावून ते तो ढकलू लागले. बुंधा हलला नाही.

शेन मदतीला आला. आता दोघांनी मिळून त्या बुंध्याला ताकद लावली. आता तो जवळजवळ इंचभर सरकला; पण पुन्हा ते थांबताच तो मूळ जागी येऊन थांबला!

पुनःपुन्हा त्यांनी शिकस्त केली. दरवेळी तो थोडा जास्त हले. दरवेळी तो पुन्हा मूळ जागी येई. एकदा तर दोघांनी तो चांगला हात - दीड हात हलवला; पण पुढं तो जास्त हलेना.

बाबा निराशेनं मान हलवू लागले. त्यांनी आपल्या भरदार बाहूंकडे

पाहिलं आणि त्यांची मान हलायची थांबली. ते एकदम ताठ झाले. त्यांनी जमिनीवर भक्कम पाय रोवले आणि बुंध्याखालच्या जागेत त्यांनी आपले खांदे सरकवले. हळूहळू ते रेटा मारून सरळ होऊ लागले आणि तो प्रचंड बुंधा हळूहळूच जमिनीतून वर येऊ लागला. बराच वर आला.

आता नीट नजर टाकण्याकरिता शेन खाली वाकला. बुंधा वर आला होता तिथंच त्यानं कुऱ्हाड सरकवली आणि तो त्या भागावर घाव घालू लागला; पण त्या जागेत कुऱ्हाड वापरायची तर खरं म्हणजे त्यानं उजव्या गुडघ्यावर बसून डावा पाय बुंध्याखालच्या त्या खोल जागेत ठेवायला हवा होता; त्यामुळे त्याचे घाव अचूक पडणार होते.

त्यानं मागे बाबांकडे एकदा घाईनं पाहिलं आणि तो असा बसला की, आता बुंध्याचं अख्खं वजन त्याच्या निम्म्याअधिक शरीरावर होतं. सारी ताकद एकवटून तो घाव घालू लागला.

आणि एकदम बाबा आणखी सरळ झाले. बुंधा आणखी थोडे इंच वर आला. शेननं बाहेर उडी मारली आणि कुऱ्हाड बाजूला टाकली. बुंधा आडवा करायला त्यानं बाबांना मदत केली. पुष्कळ अंतर धावल्यासारखे दोघे धपापत होते; पण जेमतेम मिनिटभर दम टाकला असेल नसेल तोच पुन्हा दोघांनी बुंध्याला नव्याने हात घातला. तो संपूर्ण आडवा होताना त्याच्या भोवतालची भुई चौफेर फाटत होती.

जीव घेऊन मी घराकडे पळालो. स्वयंपाकघरात घुसलो. आईचा हात पकडला. मी ओरडलो, ''अगं, चल लवकर! चल म्हणतो ना! येतेस की नाही आधी!'' आधी आईची यायची इच्छा नव्हती; पण मी मुळी तिला ओढूच लागलो. ''चल, चल आधी? यायलाच हवं तुला. पाहा तरी– दोघांनी बुंधा उखडून काढलाय!'' मग मात्र आई धावतच माझ्याबरोबर आली.

आता तो बुंधा जवळजवळ मोकळा झाला होता. बाबा नि शेन दोघेही आता प्रत्यक्ष खड्ड्यातच उतरून, डोक्यावर दोन्ही हात उभे धरून तो बुंधा बाहेर रेटत होते. पाहून वाटलं असतं की, आता काय पडणारच हा बुंधा! पण त्या मानाने तो अद्यापही भुईत होता भक्कम. ते दोघे त्याच्याशी अशी झटापट करीत असताना आई पाहत

होती. तिनं विचारलं, "अहो, जरा डोकं का चालवीत नाही तुम्ही? आपले घोडे आणा. त्याच्याने तो बुंधा हां हां म्हणता बाहेर येईल."

तिच्याकडे पाहण्यासाठी बाबा वळले. ते ओरडले, "घोडे! हॅट! माणसांच्या ताकदीनं काम सुरू झालं आहे, माणसांच्या ताकदीनंच ते पार पडलं पाहिजे!" पुन्हा ते वळले नि आता त्यांनी तो बुंधा दोन बाहूंत पकडला. शेन त्यांच्या मदतीला होताच. बुंधा हलला; पण किती? फार थोडा.

मला त्यांच्या अंगावर मोठ्यांदा ओरडावंसं वाटलं; पण तोंडातून शब्द उमटला नाही. कारण डोळ्यांवर येऊ पाहणारे केस मागे झटकण्यासाठी शेननं मस्तक मागे झुकवलं आणि मला त्याचे डोळे दिसले. त्यांत थंडगार आग फुलली होती. मग त्यानं आणखी वेगळी हालचाल केलीच नाही. त्याच्या मगरमिठीत त्याची सारी ताकद एकवटली होती आणि ती अचाट होती. त्याच्या गात्रागात्रांतून ही एकसंधपणे त्या बुंध्याविरुद्ध फेकली जात होती. त्याच्या बाजूनं बुंधा बाबांच्या बाजूइतका पुढे कलला आणि भुईतली त्याची शेवटची मुळं खिळखिळी झाली, सुटली. तो गडगडला. तो लढत हरला होता.

बाबा भगदाडातून सावकाश बाहेर आले. बुंध्यापाशी गेले. एखाद्या जुन्या मित्राच्या खांद्यावर ठेवावा तसा त्यांनी त्या बुंध्यावर आपला भरदार पंजा हळुवारपणे ठेवला. त्यांना आत कुठेतरी वाईट वाटलं असावं. विरुद्ध बाजूला शेनही तसाच उभा होता. दोघांनी वर एकमेकांकडे पाहिलं आणि त्यांच्या नजरा एकमेकींना भेटल्या, एकमेकींत दृढपणे गुंफल्या गेल्या.

कुणीतरी मोठ्यांदा ओरडत होतं, शब्दाविना नुसतंच घसा फोडून ओरडत होतं. मग मला कळलं की, तो मीच होतो आणि मी तोंड बंद केलं. मग सगळं कसं अगदी शांत, निवांत झालं. नंतरचं दृश्य अद्याप पुसलं गेलेलं नाही. काळ त्यावर कोणताही परिणाम करू शकलेला नाही. दूरवरच्या डोंगरांमागे सूर्य अस्ताला चालला आहे. जुनाट झाडाच्या एका भल्या प्रचंड बुंध्याचं धूड जमिनीवर पसरलं आहे आणि दोघेजण एकमेकांच्या नजरेत नजर गुंफून उभे आहेत...

त्या दोघांनी हात हातात गुंफावेत. निदान एकमेकांना काही म्हणावं असं मला वाटलं; पण ते अगदी चूपचाप आणि निश्चल उभे होते.

अखेर बाबा वळले, आईकडे आले. ते म्हणाले, "बरं का गं, आज मोठी मस्त विश्रांती मिळाली. कसं ताजंतवानं वाटतं आहे मला. अशी विश्रांती मिळवणारा मी एकटाच, असं वाटतंय बघ मला."

शेनही आता आमच्याकडे आला. तोही फक्त आईशीच बोलला. तो म्हणाला, "आज मी बरंच काही महत्त्वाचं शिकलो. स्वतःची शेतीवाडी असणं म्हणजे काय ते आज मला कळलं. चला. तो ॲपल केक म्हणता तो दाखवा. चला, आता मला–"

अगदी मोठाल्या विस्फारलेल्या डोळ्यांनी आई त्या दोघांकडे कौतुकानं पाहत होती. शेनच्या अखेरच्या शब्दांनी एकदम तिच्या तोंडातून एक चीत्कार उमटला, "अयाई! अहो, विसरलेच की मी." ती वळून धावू लागत म्हणाली. "करपून गेला असणार एव्हाना तो केक." अगदी धूम पळत ती घरात गेली.

केक करपलाच! स्वयंपाकघरात जळकट वास भरून राहिला होता. तो असह्य होऊन आईनं स्वयंपाकघराची दारं सताड उघडून टाकली होती. आतून आदळआपटीचे आवाज येत होते. आम्ही आत गेलो तेव्हा आई कुणाकडेच पाहायला तयार नव्हती.

ती येऊन बसण्याची वाट पाहत आम्ही जेवणाच्या टेबलाशी बसलो; पण आमच्याकडे पाठ करून, आई बराच वेळ समोरच्या मोठ्या करपलेल्या केककडेच पाहत होती. मग बाबा म्हणाले, "हे बघ, आता ये बरं इकडे, दोन घास खा आमच्याबरोबर."

वळून आईनं बाबांकडे पाहिलं, ती रडली असावी असं मला वाटलं; पण तिच्या चेहऱ्यावर तर अश्रू नव्हते. ती म्हणाली, "ॲपल केक करण्याचं ठरवलं होतं मी. पाहा करते की नाही? कसा होत नाही तेच पाहते."

ती बाहेर गेली. आणखी सफरचंद घेऊन आली, बसून त्यांचा कीस करू लागली. ते पाहून बाबा मुकाट्यानं तिच्यापाशी गेले. तिच्या जवळचं एक सफरचंद त्यांनी उचललं आणि घरातली सुरी हाती घेतली.

आई वर न पाहता म्हणाली, "हात लावू नका सफरचंदाला. ठेवा पाहू ते."

आईची आज्ञा म्हणजे तिथं लाड नसत. ती देताना तिचा सूरही ठेवणीतला असे. त्यात नेहमीचं मार्दव पार कुठं तरी लोपलेलं असे.

बाबा सफरचंद टाकून उठले. खुर्चीत येऊन बसले आणि एकदम त्यांना कसला तरी आवेश चढला. ते भराभर जेवत सुटले. शेननं आणि मीही दुसरं काही न सुचून त्यांचं अनुकरण केलं. जेवण कसं झालं होतं, ते मला समजलंच नाही. मी आपला घासांवर घास तोंडात ढकलीत होतो. गिळत होतो. जेवण संपल्यावर तसंच स्वस्थ बसण्यावाचून गत्यंतर नव्हतं. कारण आई, नवा केक तयार होण्याची वाट पाहत बसून होती. तिची नजर भिंतीवर कुठंतरी खिळली होती. ती बोलत नव्हती. आमच्याकडे बघत नव्हती. जणू आम्ही तिथं होतो याची तिला जाणीवच नव्हती.

पण तसं नव्हतं, कारण केक तयार झाल्याचं वाटताच तिनं तो बाहेर काढला. भराभर त्याचे चार मोठे वाटे केले. दोन तिनं बाबा आणि शेनपुढं वाढून ठेवले. तिसरा माझ्यापुढं सारला आणि उरलेला घेऊन ती तिच्या खुर्चीत येऊन बसली. तिचा सूर अजूनही उगीच रागीट, कोरडा होता. ती म्हणाली, ''फार वेळ वाट पाहायला लागली तुम्हाला– आता आणखी वेळ लावू नका. खा.''

बाबा काहीसे कचरतच त्यांच्या पुढ्यातल्या तुकड्याकडे पुनःपुन्हा पाहत होते. जणू त्यांना त्याची भीतीच वाटत होती! मग अच्चळ त्यांनी त्याचा एक टवका काढला. तो चघळीत ते वाढत्या खुशीनं आईकडे पाहू लागले– मग त्यांनी शेनकडे पाहिलं. ते म्हणाले, ''भलताच चांगला झालाय केक!''

आता शेननं केकचा एक तुकडा हातात धरला. बारकाईनं त्याच्याकडे न्याहाळून पाहिलं. मग तो तोंडात टाकला. ''होय होय.'' तो म्हणाला, ''केक छानच झालाय – झाडाच्या बुंध्याचा केक!''

तो काय म्हणाला ते प्रथम मला नीटसं कळलं नाही आणि ते समजावून घ्यायला सवडही नव्हती. कारण आई, बाबादेखील उघड्या तोंडांनी शेनकडे पाहत होते. एकाएकी बाबांना जोराचं हसू फुटलं. ते इतके हसले, इतके हसले की त्यांच्यासह अख्खी खुर्ची हादरत होती.

''अगं, बरोबर बोलतोय तो.'' बाबा आईला म्हणाले, ''तूही आमच्यासारखाच विक्रम केलास आज! आहे खरा झाडाच्या बुंध्याचा केक!''

आई दोघांकडे टकमका पाहत होती. तिची मुद्रा मनस्वी शरमून

लालेलाल झाली होती आणि नजरेत लाजाळू भाव होता. डोळ्यांवाटे पाणी निघेपर्यंत ती त्या दिवशी हसली. नंतर बराच वेळ आम्ही सारे मिळून मोठ्या चवीनं केकची लज्जत घेत होतो. एकच वाईट होतं, तो संपणार होता!

४

रात्री उशिरा झोपल्यामुळे दुसऱ्या दिवशी सकाळी मी बिछान्यातून बाहेर आलो तेव्हा उन्हं वर आली होती. आदल्या दिवशीच्या आठवणीत मन गुंतलं होतं.

बाहेरच्या कोठीत झोपलेल्या आमच्या पाहुण्याचा विचार करीत मी बिछान्यात बराच वेळ काढला होता. अगदी प्रथम सडकेला पाहिला तो थंड नजरेचा एकाकी स्वार हाच, हे आता खरंच वाटत नव्हतं. बाबांच्या कृतीनं नव्हे, शब्दांनी नव्हे; तर त्यांच्यातल्या माणसानं या पाहुण्याला संकट घातलं होतं आणि त्याला प्रतिसाद देऊन त्यानं आपला काही भाग आम्हाला देऊन टाकला होता. आमच्यात आमच्यासमोर असतानाही तो एकेकदा लांब कुठंतरी एकटाच पोहोचलेला असे. आणि तरी आधीच्या उन्हाळ्यात माझे काका आमच्या इथं येऊन राहिले होते, त्यांच्यापेक्षा तो आम्हाला कितीतरी जवळचा झाला होता.

आई-बाबांमध्ये तो एवढे बदल कसे घडवू शकला त्याचाही मला विचार पडलेला होता. ते त्याच्याबरोबर असले की त्यांच्यात एक चैतन्य असे, जोर असे; आपणही कमी नाही असंच जणू त्यांना दाखवायचं असे आणि मलाही असं दाखवावंसं वाटे, तर त्यांचं काय?

आता अकस्मात माझ्या ध्यानात आलं की, खरोखर फारच उशीर झाला. बाकीच्यांनी न्याहरीसुद्धा उरकून घेतली असेल, असं वाटलं. पाहुणा गेला असेल आणि आता पुन्हा तो पाहायलाही मिळणार नाही असंही वाटलं. कसेबसे कपडे चढवून मी दाराकडे धावलो.

मंडळी अद्याप टेबलाशी बसलेली होती. आई म्हणाली, "अग्गो

बाई! केवढ्यांदा रे धावत आलास! म्हटलं, वाघ-बिघ लागला की काय तुझ्या मागे! काय झालं? का आलास धावत?''

मी म्हटलं, ''काही नाही; आई, मला वाटलं की, शेन मला न सांगताच गेले.''

माझ्याकडे पाहत शेननं मान हलवली. तो म्हणाला, ''मी तुला विसरणं शक्यच नाही, बिट्टू.'' तो आईकडे वळला आणि जणू हसतहसतच तिला म्हणाला, ''आणि तुमचा स्वयंपाकही विसरता येणं केवळ अशक्य आहे, वहिनी. इथं वाटेचे फार वाटसरू तुमच्या आश्रयाला येऊ लागले तर उभ्या सडकेनं एक माणूस तुमच्या सुगरणपणाची स्तुती करीत गेला आहे असं खुशाल समजा.''

बाबांना बोलायला जणू विषयच मिळाला. ते म्हणाले, ''कल्पना नामी आहे! मरिअन लोकांची पोटं भरील आणि मी खिसे भरेन!''

या बोलण्यानं आईला बरं वाटलेलं दिसलं. ते दोघे या कल्पनेशी खेळत असताना आई कौतुकानं पाहत होती. त्या दोघांचीही भली करमणूक होत होती. शेन तिथं घरातला कुणी बसावा तसा बसून गप्पा मारत होता, याचं मला आता नवल वाटत नव्हतं.

पण अखेर तो जागचा उठला. उभा राहिला. तो बोलला हे मला उमगलं. मला त्याला थांबवून घ्यायचं होतं, जाऊ नकोस म्हणायचं होतं. बाबांनीच ते केलं. ते म्हणाले, ''धावपळीशिवाय सुखानं एक जागी राहणारा नव्हेस तू हे समजतं मला; पण मला तुला एक प्रश्न विचारायचा आहे. बैस जरा.''

बाबांचा चेहरा आता एकाएकी फार गंभीर झाला होता. समोर उभा असलेला शेनही यामुळे अलिप्त आणि अंतर्मुख झाला होता. अखेर तो खुर्चीत बसला, मागे कलला.

बाबांनी त्याला सरळसरळच विचारलं, ''कशापासून पळू पाहतो आहेस का तू?''

पुढ्यातल्या टेबलावर शेननं बराच वेळ एकटक नजर लावली. त्याच्या मुद्रेवरून विषादाचं, वेदनेचं एक सावट सरकून गेल्यासारखं वाटलं. मग त्यानं नजर वर केली आणि सरळच बाबांकडे पाहिलं.

''नाही, मी कशाहीपासून पळू पाहत नाही. निदान तुम्ही म्हणता तसं तर नाहीच.''

"ठीक आहे," बाबा म्हणाले, "हे बघ शेन, मी काही रँचर नाही. माझी ही वाडी पाहिलीस तू. मी एक साधा शेतकरी आहे, हे तुलाही कळलं असेल. सुरुवात तरी मी बरी केली आहे; पण यानंतर सारी कामं व्यवस्थित व्हायची तर ती एका माणसाच्या ताकदीपलीकडे आहेत. माझ्याकडे हाताशी एक माणूस होता; पण एके दिवशी शहरात फ्लेचरच्या दोन गुंडांशी मारामारी झाली आणि तो घाबरून पळाला." बाबा वेगानं बोलत होते.

शेन खिडकीबाहेर पसरलेल्या सपाटीवरून पार डोंगरापर्यंत पाहत होता. स्वतःशीच म्हणत होता, "जावं तिथं तेच. ते काही सुटत नाही, संपत नाही..."

त्यानं आईकडे आणि मग माझ्याकडे पाहिलं. त्याची नजर पुन्हा बाबांवर गेली. न ठरल्यानं ज्याचा त्रास होत होता ते काहीतरी आता त्याच्या मनात पक्कं ठरल्यासारखं वाटलं, "म्हणजे फ्लेचर तुम्हाला त्रास देतो आहे. तुम्हाला हुसकू पाहतो आहे." तो हळूहळू म्हणाला.

बाबा म्हणाले, "तसा मी हुसकला जाणं सहजासहजी शक्य नाही; पण इथं मला बरंच काम करायला हवं आणि एका माणसाला ते भारी आहे. अगदी मलासुद्धा ते भारी आहे. मी म्हणतो, थोडे दिवस इथंच राहून या हिवाळ्यापुरतं एकदा सगळं आटोक्यात आणायला मला मदत करशील का?"

शेन उठला. तो म्हणाला, "मी शेतकरी होईनसं मला केव्हाही वाटलं नाही, स्टारेट. कालपर्यंत कुणी तसं म्हणतं तर मी मोठ्यांदा हसलो असतो; पण ते कसंही असलं तरी मी तुमच्याबरोबर इथं कामाला राहायला तयार आहे." बाबा त्याच्याकडे आणि तो बाबांकडे पाहत होता. ते पाहून दोघं एकमेकांना शब्दांपलीकडचं पुष्कळ काही सांगताहेत असं वाटत होतं. शेन आता आईकडे वळला, म्हणाला, "तुमच्या हातचं जेवण हाच माझ्या श्रमांचा मोबदला मानीन मी."

बाबा म्हणाले, "आम्ही तुला चांगले पैसे देऊ; पण तुला कामही तसंच पडेल. आज तुला सुट्टी. प्रथम शहरात जाऊन कामाचे कपडे घेऊन ये. सॅम ग्रॅफ्टनच्या दुकानी घे आणि त्याला म्हणावं, माझ्या खात्यावर मांडायला सांगितलंय मी."

शेन दाराशी पोहोचलादेखील होता. तो म्हणाला,

"नको. मीच विकत घेईन ते." आणि निघून गेला.

बाबांना एवढा आनंद झाला होता की, त्यांच्याच्यानं स्वस्थ बसवलं नाही. त्यांनी टुणदिशी उडी मारली आणि आईला घेऊन ते चक्क नाचत सुटले. "मरिअन" ते म्हणत होते, "आजचा दिवस छान आहे! आपल्याला कामाला माणूस मिळाला!"

आई म्हणाली, "पण तुम्ही करताहात ते बरोबर आहे, याबद्दल खात्री आहे ना तुमची? त्याच्यासारख्याला तुम्ही कुठलं काम देणार? खुशालचेंडू राहणी, मुबलक पैसे यांची त्याला सवय. त्याच्या वागण्यावरनं कळतंय ते. आपल्याला शेतीतलं काही कळत नाही हे तो स्वतःच्या तोंडानं म्हणाला."

बाबांनी म्हटलं, "अगं, सुरुवात केली तेव्हा मला तरी कुठं काय कळत होतं? कुणाला काय येत नाही त्याला महत्त्व नाही, त्याला काय जमू शकेल ते पाहायला हवं. हा माणूस जे करील ते व्यवस्थितच करील."

"असं म्हणू या!"

"म्हणू या नव्हे, करीलच! मघाशी मी फ्लेचरच्या गुंडांचा आणि मोर्लेंनं त्यांच्याशी केलेल्या मारामारीचा उल्लेख केला, तेव्हा त्यानं ते कसं घेतलं ते पाहिलंस? त्या वेळीच मी ठरवलं की, याला ठेवून घ्यायचं. मी अडचणीत आहे हे त्याला कळलंय आणि मला तो अंतर देणार नाही. मरिअन, माझ्या पठडीतला माणूस आहे तो."

आई म्हणाली, "काय सांगता. तुमच्यासारखा मुळीच नाही तो. एक तर अंगानं फाटका आहे तो आणि अगदी वेगळाच वाटतो. त्याचं वळण तुमच्यासारखं नाहीच."

बाबांना आश्चर्य वाटलं. त्यांनी म्हटलं, "मी त्याबद्दल नाही गं म्हणालो."

शेन परत आला; तो कोठीकडे गेला. काही वेळात तो तिथून परतला तो कामाचे नवे कपडे घालूनच. त्यानं त्याचा घोडा सोडवून आणला. त्याला कुरणात सोडून दिलं.

तो म्हणाला, "घोड्याची निगा राखावी तसा तो काम देतो. याचंच पाहा, गेल्या काही दिवसांत हजारो मैलांची रपेट मारली आहे मला घेऊन." आणि तो बाबांच्या हाताशी मदत करण्याकरता निघाला.

कोवळ्या पिकातून जाताना त्याला मी पाहत होतो. काल-परवाचा पाहुणा आता अगदी आमच्या घरातला, आमचा झाला होता. बाबांसारखा, आमच्यासारखा शेतकरी बनला होता.

एवढं मात्र खरं की, तो मुळात शेतकरी पेशाचा नव्हता आणि खरोखर शेतकरी होऊही शकला नसता. दोन-तीन दिवसांतच हे दिसून आलं की, बाबांच्या हाताशी राहून पडेल ते काम करणं एवढंच त्यानं आपलं काम मानलं होतं. काय करायचं ते त्याला दाखवलं की, तो ते चोख करी. ते करण्याची एखादी उजवी पद्धतही शोधून काढी; परंतु तरीसुद्धा तो वेगळा होता, तो शेतकरी नव्हता.

क्वचित केव्हा काम करताना तो रेंगाळे. दूर डोंगराकडे पाहत राही. मग स्वतःकडे पाही, स्वतःच्या हातातल्या वस्तूकडे पाही. अशा नजरेनं की, जणू आपण कुठं आहोत, काय करतो आहोत याचं त्याला नवल वाटे. त्याला सारं स्वप्न वाटे. म्हणजे तो करीत होता ते काम त्याला त्याच्या योग्यतेचं वाटत नव्हतं किंवा आवडत नव्हतं असं अगदी नव्हे; पण तो वेगळा वाटे एवढं खरं. काहीतरी वेगळं करण्याकरता त्याचा जन्म असावा असं वाटे.

तो काम करी तेव्हा जवळ थांबलं तर हे तेव्हाच पटे की, ताकदीनं तो भक्कम आणि भरीव माणूस होता. शरीरावर उगीच वारेमाप चरबी नव्हती; पण लांबी-रुंदीनं कमी पडे ते तो काम करण्याच्या चलाखीत आणि अचूकपणात भरून काढी. त्याची तेजस्वी नजर ही ताकदवान माणसाची होती.

मला त्याच्याकडे पाहिलं तर एक भीतीच वाटे. आईला मी सांगितलं होतं त्याप्रमाणे, ही भीती त्याची – शेनची – नव्हती; पण त्याच्याकडे पाहताना माझ्या झेपेपलीकडच्या काही गोष्टींची जाणीव मला होई आणि मी शहारून जाई.

तसा मीही मोठा रगेल पोर होऊ बघत होतो. रग माझ्या रक्तात होती. एकदा सडकेवर ऑलि जॉन्सनला मी पिटून काढल्यापासून तर ती वाढलीच होती.

एकदा मी बाबांना विचारलं, "तुम्ही शेनला पिटून काढाल का? म्हणजे मारामारीत म्हणतो मी."

बाबा म्हणाले, "मोठा कठीण प्रश्न टाकलास, बिछ्या. म्हणजे

जरूर पडलीच तर ते अगदीच अशक्य नाही मला; पण मला ते मानवणारही नाही. काय आहे की, बिकट परिस्थितीत माझ्या बाजूनंच असलेला बरा असं वाटण्यासारखा हा एकटाच माणूस मला भेटला.''

मी समजलो. मात्र, शेनविषयीच्या अनेक गोष्टी मला अद्याप उमगत नव्हत्या. कामावर राहिल्यानंतर प्रथम तो जेवायला आला तो स्वयंपाकघरात येऊन बाबांच्या नेहमीच्या खुर्चीशी उभा राहिला. आम्ही सारे आमच्या जागी बसण्याची वाट पाहत तो उभा होता. आई त्याला काहीतरी म्हणणार होती; पण तेवढ्यात बाबांनी नजरेनं तिला गप्प बसवलं. शेनपुढून ते पुढच्या रिकाम्या खुर्चीकडे गेले, त्यात बसले. शेन त्यांच्या खुर्चीत बसला. यानंतर ते दोघे याच खुर्च्यांत असेच जेवायला बसत असत.

असं का ते मला नंतर कळलं. एकदा आमचा एक शेजारी आम्ही जेवत असताना दारावाटे आत आला आणि आला तो थेट आमच्यापर्यंत आला. हे लोक असेच थेट घरात घुसत आणि मला अचानक उमगलं की, शेन जेवायला बसे ती बाबांची खुर्ची अगदी दारासमोरच होती. दारावाटे कोणीही येऊ लागलं की, या खुर्चीत बसलेल्याला ते प्रथम दिसे!

रात्री जेवण झाल्यावर आमच्याशी मनमोकळ्या गप्पा करी, तेव्हा शेन केव्हाही खिडकीशी बसत नसे. तो भिंतीला टेकून बसे. कुठंही असला तरी बसताना पाठीशी भिंत असेल असा तो बसे. यात काही विशेष करीत आहोत ही जाणीवही त्याला नव्हती. सडकेनं कुणी आलं-गेलं तरी ते त्यालाच प्रथम कळे. आणि येता-जाता कुणीही मुसाफिर तो हातचं काम थांबवून एकदा नीट न्याहाळून घेई.

हे सारं माझ्या दृष्टीनं विशेष होतं, विलक्षण होतं, चमत्कारिक होतं आणि फक्त मलाच नव्हे तर गावातल्या इतर माणसांना आणि येत्या-जात्यालासुद्धा त्याच्याविषयी एक चौकसपणा वाटे. जास्त जाणून घेण्याची इच्छ होई. आमच्याकडे तो कामाला आहे हे हां हां म्हणता साऱ्या गावात आणि आसपासच्या टापूत पसरून राहिलं होतं. त्यांच्यापैकी एक म्हणून त्याला मानायला ते सहजी तयार होत नव्हते. लेडयार्डनं आमच्या वाडीवर त्या दिवशी झालेला प्रकार वेड्यावाकड्या स्वरूपात सर्व गावभर पसरवला होता; पण तोही कुणी सर्वस्वी खरा मानला

होता असं नव्हे. लेडयार्डच्या बोलण्याला किती महत्त्व द्यायचं ते लोक समजून होते. एवढंच की, शेनविषयी त्यांचा पक्का असा ग्रह अजून बनत नव्हता.

माझ्या दृष्टीनं फारच विलक्षण अशी एक गोष्ट मात्र चांगली तब्बल पंधरवड्यानं आकस्मिकपणे माझ्या ध्यानात आली. शेनपाशी बंदूक नव्हती.

त्या काळात, त्या भागात बंदूक ही व्यवहारातली एक आवश्यक आणि नित्योपयोगी वस्तू मानली जाई. खुद्द आमच्या भागात बंदुकीचा उपयोग, शिकार सोडली तर फारसा होत नसे; तरी पण ती नेहमी जवळ बाळगावी असं मानलं, सांगितलं जाई. ती नसेल तर माणसाला आपल्या पोषाखातच काही उणं असल्यासारखं वाटे. घरी वा शेतावर कामावर नसलं की, कमरेला एक पिस्तूल हे असेच. बाबा तर गावात जात तेव्हादेखील पिस्तूल बरोबर घेऊन जात.

पण हा शेन काहीच बाळगत नव्हता; हे विशेष, विचित्र वाटण्याचं कारण म्हणजे त्याच्याकडे पिस्तूल होतं.

एके दिवशी कोठीत गेलो असताना मी ते पाहिलं, त्याच्या बिछान्यावर त्या दिवशी त्याच्या घोड्याचं जीन पडलेलं होतं. एरवी खरं म्हणजे ते तो काळजीपूर्वक कुठंतरी लांब ठेवी. त्या दिवशी मात्र ते तसं उघड्यावर आणि समोर होतं. मी ते सहज चाचपलं आणि पिस्तूल हाताला जाणवलं. आजूबाजूला कुणी नव्हतं म्हणून मी ते बाहेर काढलं. वा! काय देखणं आणि प्राणघातक हत्यार होतं ते!

मला कळत होतं तेवढ्यातच हेही जाणवलं की, ते 'सिंगल ॲक्शन कोल्ट' होतं. हे सैन्यात वापरलं जाई असं मी ऐकलं होतं आणि हे सर्वांत चांगलं पिस्तूल मानलं जातं हेही मला माहीत होतं.

तेच ते यात शंकाच नव्हती; पण हे तर सैन्यापैकी नव्हतं. हे काळं होतं किंवा खरं तर निळं-काळं होतं. आवळल्या बोटांच्या आतल्या आकाराच्या अंदाजानं याचा घोडा बनवलेला होता. मला पुरतं कळायच्या आत ते मी उचललं, जवळ घेतलं. ते घासूनपुसून आणि तेल घालून अगदी सुसज्ज ठेवलेलं होतं.

असं पिस्तूल जवळ असताना माणसानं ते वापरू का नये? जवळ का बाळगू नये? आणि तसं त्या पिस्तुलाकडे पाहतापाहताच माझ्या

अंगातून एक झिणझिणी उठली. घाईनं मी पिस्तूल जिनात खुपसून धावतच बाहेर पळालो.

बाबा भेटताच मी त्यांना याबद्दल सांगण्याचा प्रयत्न केला. मी म्हणालो, ''अहो बाबा, शेनच्या जिनात काय आहे, आहे का माहीत?''

''पिस्तूल असेल.'' बाबा म्हणाले.

''पण– तुम्हाला कसं समजलं? तुम्ही पाहिलं होतंत?''

''छट! पण त्याच्याकडे दुसरं काय असणार?''

मला हे नीटसं समजलं नाही. मी विचारलं, ''पण तो ते बरोबर का बाळगीत नाही? ते कसं अचूक वापरावं ते तर त्याला कळत नसेल?''

मी काहीतरी विनोद केल्यासारखं बाबा केवढ्यांदा तरी हसले. ते म्हणाले, ''बिट्ट्या, त्या पिस्तुलानं त्यानं एखाद दिवशी तुझ्या अन् माझ्या कल्पनेपलीकडच्या गोष्टी केल्या तर मला मुळीच आश्चर्य वाटणार नाही.''

''पण मग तो ते कोठीत दडवून का ठेवतो?''

''अरे, ते मला तरी काय माहीत? असलं तरी फारच थोडं माहीत आहे.''

''मग त्याला विचारा ना तुम्ही–''

बाबांनी माझ्याकडे थेट पाहत म्हटलं, ''नाही. तेवढी एकच गोष्ट त्याला मी चुकूनसुद्धा विचारणार नाही आणि हे बघ, तूसुद्धा कधी त्याच्याकडे हा विषय चुकूनदेखील काढू नकोस. काही गोष्टी विचारायच्या नसतात आपण. पण हे नक्की समजू की, ज्या अर्थी त्याच्यासारखा माणूस पिस्तूल बाळगत नाही, त्या अर्थी त्यामागे काही तसंच मोठं कारण असेल.''

असं होतं तर! तरीही मला फारसं काही समजलंच नव्हतं; पण बाबांनी एखाद्या गोष्टीबद्दल बजावलं की, त्यापलीकडे मी कधीच जात नसे आणि त्यांची तशीच खात्री असे, तेवढ्या बाबतीतच ते असं बजावीत. मी चालू लागलो.

''बिट्ट्या.''

''काय, बाबा?''

''ऐक. शेनला फार आवडून घेऊ नकोस.''

''का, बाबा? तो बरा नाही?''

''छे, छे! पोरा. शेन चांगला आहे. फार चांगला आहे. ते नाकारून चालणारच नाही. तो आपणा सर्वांपिक्षा चांगला आहे, असं म्हण हवं तर; पण–'' बाबा बोलू पाहत होते; पण त्यांना योग्य शब्द सापडत नसावेत. कष्टानं ते पुढं म्हणाले, ''पण तो आपल्यातला नाही, बिट्ट्या. काहीतरी खुपतंय. डाचतंय त्याच्या मनात. त्याला चैन नाही, हे लक्षात ठेव. एक ना एक दिवस तो जाईल आपल्या इथून आणि बेटा, मग तुलाच रडता भुई थोडी होईल.''

बाबा म्हणत होते ते त्यांना खरोखर वाटत होतं असं नव्हे; पण मी ते मनात ठेवावं, त्यानुसार वागावं अशी त्यांची इच्छा दिसत होती. म्हणून मी त्यावर प्रश्न विचारले नाहीत.

५

माझ्या आयुष्यातले अत्यंत सुखाचे असे ते उन्हाळ्यातले सुट्टीचे दिवस गेले. फार वेगानं ते गेले. कसे गेले ते कळलंही नाही आणि त्यांतल्या प्रत्येक दिवशी अष्टौप्रहर शेन आमच्यात होता.

आमच्या भागातलं एकच एक जुनं दुखणं, आम्ही शेतकरी पेशाचे रहिवासी आणि फ्लेचर यांच्यादरम्यानचं भांडण आता उरलेलं नव्हतं. निदान कुठं जाणवत तरी नव्हतं. स्वतः फ्लेचर या काळात आमच्या भागात नव्हता. तो डाकोटामधल्या फोर्ट बेनेटला आणि पूर्वेकडे वॉशिंग्टनला गेल्याचं आम्ही ऐकून होतो. काळ्या टेकड्यांमागच्या सिओक्स वसाहतीतल्या इंडियन्सना मटण पुरवण्याचं सरकारी कंत्राट मिळवण्याच्या मोठ्या खटपटीत तो होता. त्याचा मॅनेजर मॉर्गन आणि त्याच्या हाताखालची काही वयस्कर माणसं वगळली, तर त्याच्याकडचे कामगार सगळे पोरसवदा, खुशालचेंडू, 'काऊबॉइज' होते. अधूनमधून ते गावात एखादी धमाल उडवून देत; फ्लेचरनं त्यांना 'छूऽऽ' म्हटलं म्हणजे आम्हालाही त्यांचा अधूनमधून उपद्रव होई; परंतु तेवढं सोडल्यास आम्हाला ते आवडत. मी म्हणतो, त्या काळात, फ्लेचर गावात नसल्यानं ते सारे नदीपल्याडच वावरत होते. काही वेळा पलीकडच्या काठाशी आले म्हणजे आम्हाला ते मजेनं हातदेखील हलवून दाखवीत.

शेन नव्हता तोवर मला या 'काऊबॉईज'चं फार कौतुक होतं. अर्थात बाबांविषयीच्या माझ्या मनातल्या आदराशी त्याचा काही संबंध नव्हता. बाबा ते बाबाच! मला त्यांच्यासारखं व्हायचं होतं. अगदी ते जसे होते तसं; पण प्रथम मला त्यासाठी घोड्यावर सराईतपणे बसता यायला हवं होतं, गुरं वळता यायला हवी होती, खिशात नोटांचे जुडगे खुपसून अनोळखी गावात मोकाट भटकणं जमायला हवं होतं.

बाबांनी एके काळी हेच केलं.

पण अलीकडे माझ्या आवडी बदलू लागल्या होत्या. जुनं काही मला आवडेनासं झालं होतं. आता मला व्हायचं होतं शेनसारखं. शेन पूर्वी होता असं मला कल्पनेनं वाटे तसं. तो स्वतः त्याच्या पूर्वायुष्याबद्दल चुकूनही बोलत नसे; अगदी औषधालाही नाही. इतके दिवस तो आता आमच्याबरोबर होता; पण त्याचं पुरं नावदेखील अद्याप माहीत नव्हतं. केवळ 'शेन' बस्स! एवढंच! हे त्याचं स्वतःचं नाव की आडनाव की टोपणनाव काही माहीत नव्हतं. ''मला शेनच म्हणत जा'' एवढंच त्यानं सांगितलं होतं आणि आम्ही त्याला तेवढंच म्हणत होतो.

शेनला आमच्याकडे राहणं, आमच्या वाडीवर काम करणं आवडू लागलं होतं हे तर दिसतच होतं. सभोवतालच्या प्रत्येक तपशिलाबद्दल तो अजूनही फार जागरूक असे. मला आता कळून चुकलं होतं की, हे काही त्याला कुणी शिकवलेलं- पढवलेलं नव्हतं- हे त्याच्यात जन्मतःच होतं, त्याच्या रक्तात होतं.

आणि तरी काही काही वेळा तो एखाद्या अनोळखी, उपऱ्या माणसासासारखा वागे, दुःखीकष्टी दिसे. असं का होत असावं? हेच पाहा ना, मिस्टर ग्रॅफ्टननी दिलेल्या पिस्तुलाशी माझा काहीतरी चाळा चालला होता. ते पिस्तूल मोडलेलं होतं, त्यांच्या दुकानी कोणीतरी आणून टाकलं होतं.

ते घेऊन मी कोठीच्या बाजूनं दबकत दबकत पावलं टाकत होतो. दर काही पावलांना मागे वळून मी काल्पनिक इंडियनांना गोळ्या मारी. माझा हा उद्योग चाललेला असताना माझ्या लक्षात आलं की, कोठीच्या दारावाटे शेन हे पाहतो आहे. मी तसाच थांबलो. त्याच्या त्या सुंदर पिस्तुलाची आठवण झाली आणि मन खट्टू झालं. वाटलं की, तो मला हसत असणार; पण उलट तो अत्यंत गंभीर मुद्रेनं माझ्याकडे पाहत होता.

त्यानं विचारलं, ''आतापर्यंत किती मारलेस, बिट्ट्या?''

मी आणखी एका काल्पनिक इंडियनावर गोळी झाडून उत्तरलो, ''एकंदर सात झाले.''

''आता पुरे तर मग. उरलेले इतर मुलांसाठी शिल्लक ठेव ना.'' तो म्हणाला. ''नाहीतर त्यांना काय वाटेल? आणि हे बघ, तू ते

बरोबर नाही करीत.''

एका पालथ्या खोक्यावर तो बसला. त्यानं मला जवळ बोलावून घेतलं. तो म्हणाला, ''तुझा कमरपट्टा फार खाली आला आहे. पुऱ्या हाताइतका तो खाली आला आहे. पिस्तूल नेहमी निम्म्या हाताच्या लांबीला, कमरेच्यावर असावं. म्हणजे हात वर घेताना सहजपणे पिस्तूल काढता येतं आणि पुन्हा पिशवीतून ते काढताना फार वरही करावं लागत नाही.''

''ही तुम्ही खऱ्या पिस्तूलबाजाची पद्धत सांगता, शेनकाका?'' मी विचारलं.

त्याची नजर क्षणमात्र कसल्या तरी विलक्षण तेजानं तळपली आणि पुन्हा पूर्ववत मंद झाली. ''तसं नव्हे.'' तो म्हणाला, ''सर्वांची पद्धत सारखी कशी असेल? मी तुला सांगतो आहे ती पद्धत दुसऱ्या कुठल्याही पद्धतीइतकीच चांगली आहे. इतकंच नव्हे तर जास्त उजवी आहे. आणखी एक गोष्ट म्हणजे, बिट्टू–''

त्यानं हात लांबवून पिस्तूल काढून घेतलं. आता प्रथमच या निमित्तानं मला त्याचे पंजे नीट पाहायला मिळाले. ते चांगले चौरस होते, बळकट होते. बोटं लांबसडक होती आणि त्यांचे शेंडे रुंद होते. या हातांना पिस्तुलाचा स्पर्श होताच जणू त्यांना स्वतंत्र विचाराची ताकद प्राप्त होई आणि त्यांचे तेच कोणती कृती करायची ते एका निमिषार्धात स्वतंत्रपणे ठरवू शकत, हे विलक्षण होतं यात शंका नव्हती.

माझ्या पिस्तुलाला त्याच्या उजव्या पंजानं विळखा घातला आणि तत्काळ त्या पिस्तुलाचं आता सार्थक होत आहे असं वाटू लागलं. त्यानं ते वर धरलं; तसंच हातात ठेवून दिलं.

आणि पाहता पाहता त्यानं ते उंच हवेत उडवलं. खाली येताच डाव्या हातात पकडलं. त्या हातात ते असं चपखल बसलं की, जणू त्यासाठीच ते घडवलं होतं असं वाटावं! पुन्हा त्यानं ते पूर्वीसारखंच, त्याहून उंच उडवलं– अगदी उलटसुलट गिरक्या घ्यायला लावीत उडवलं आणि ते खाली येताच त्याच्या उजव्या पंजानं ते अचूक झेलून मुलायमपणे धरलं. कुठे खंड नाही, धसमुसळेपणा नाही की चूक नाही.

''हं, आता हे असं रोखायचं, बिट्टू. असं जरा खालीच, झटपट आणि सहज. बोट रोखावं तसं!''

बोट रोखावं तसं. बोलताना ते तो प्रत्यक्षच करून दाखवीत होता आणि अचानक त्याच्या हातातलं बळ लटकं पडलं, बोटं ढिली झाली, पकड सुटली आणि पिस्तूल जमिनीवर गळून पडलं. त्यानं डोकं वर केलं. त्याचे ओठ कसल्या तरी वेदनेनं आक्रसावे तसे आक्रसले होते. नजर लांबवरच्या डोंगरावर होती...

''शेनकाका! शेनकाका!'' मी हाकारीत होतो, ''काय झालं तरी काय तुम्हाला?''

पण मी काय विचारीत होतो ते त्याला ऐकूच जात नव्हतं. तो पार त्याच्या गूढ, रहस्यमय भूतकाळात कुठेतरी आतआत पोहोचला होता आणि मग मोठ्या शर्थीनं त्यानं स्वतःला ओढून वर्तमानात आणलं. मी त्याच्याकडे डोळे विस्फारून पाहत उभा असल्याचं त्याला दिसलं. माझी ओळख पटली आणि अडखळत अडखळत तो म्हणाला, ''बिट्टू, काय आहे बिट्टू, की– पिस्तूल हे शेवटी– पिस्तूलच आहे. त्या दृष्टीनं त्याचा विचार कर– ते बाळगतो तो भला असला तर ते भलं असतं; नाहीतर मोठं दुष्ट, क्रूर आणि दगाबाज– अगदी भयंकर असतं. हे लक्षात ठेव.''

तो जागचा उठला. शेताडीतून चालत लांब गेला. त्याला एकटेपणा हवा आहे हे मी जाणलं. तो म्हणाला ते माझ्या मनात चांगलं ठसलं होतं आणि ते पुसलं जाणं शक्यच नव्हतं; परंतु पुढं विशेष स्मरण होई ते त्याच्या पिस्तूल वापरण्याच्या कौशल्याचं, ते कसं वापरावं याबद्दलच्या त्याच्या उपदेशाचं. ते वयच तसं होतं.

आणि उन्हाळा संपला. शाळा सुरू झाली. दिवस छोटे होऊ लागले. रात्री मोठ्या होऊ लागल्या. थंडीची पहिली लाट डोंगरमाथ्यावरून खाली उतरली.

६

केवळ सुट्टीच संपली नव्हती. उन्हाळ्याबरोबर आमच्या भागातला निवांतपणा, सुखसमाधानही जाऊ पाहत होतं. फ्लेचर परत आला होता. गावात म्हणे तो असं बोलत होता की, पूर्वी होता तसा नदीच्या दोन्ही बाजूंचा भाग त्याला यानंतर लागणार होता. आम्हा शेतकरी पेशाच्या कुटुंबांना घरंदारं सोडून जावं लागेल, असा त्याच्या म्हणण्याचा रोख होता.

पण आमची जायची तयारी नव्हती. वहिवाटीनं, 'कसेल त्याची जमीन' या न्यायानं आमची शेतीवाडी ही आमची होती आणि सरकारचा याला पाठिंबा होता; पण आम्हाला हेही माहीत होतं की, वेळ पडली तर सरकार जवळ नव्हतं; फार लांब तिकडे 'टेरीटरी'– मध्ये होतं.

आमचं गाव लहान. तसं ते वाढतं होतं; पण रस्त्याकडेच्या एखाद्या, खेड्यापलीकडे त्याचं स्वरूप मोठं नव्हतं. त्याचे पहिले रहिवासी होते तीन-चार खाणकामगार. वीस वर्ष आधी 'बिग हॉर्न मायनिंग असोसिएशन' बंद पडल्यानंतर बेरोजगार होऊन ते येऊन तिथं स्थायिक झाले. मग त्यांनी घरदार केलं, कुटुंबं आणली; आप्तमित्रांना बोलावून घेतलं आणि दोन-चार घरांचं गाव बनलं.

अलीकडे गावात दारूचा एक 'बार' झालेला होता. घोड्यांचा बाजारही भरे. भोवतालच्या सपाटीवरच्या 'रँचेस'वरले आणि फ्लेचरच्या पदरचे 'काऊबॉइज' इथं संध्याकाळच्या वेळी हल्ली नियमितपणे जमत. आम्हा शेतकरी कुटुंबांचीही घरं वाढती असल्यानं आणि दरसाल दोन-चारांची त्यांत भर पडत असल्यानं गावाला आता चांगलाच आकार येत चालला होता. आता गावात जवळजवळ चौदा घरं झाली होता आणि काही दुकानं होती. आदल्याच वर्षी एक वर्गाची एक शाळाही

गावकऱ्यांनी सुरू केली होती.

सॉम ग्रॅफ्टनचं दुकान सर्व दुकानांत मोठं होतं. पुढं त्याचं स्वरूप जनरल स्टोअरचं होतं. मागच्या बाजूला निम्म्या इमारतीत राहण्यासाठी काही खोल्या होत्या. उरलेल्या निम्म्या इमारतीत एक 'सलून', 'बार' आणि त्यात खेळांची सोय केलेली होती. ग्रॅफ्टन विधुर होता. त्याची मुलगी जेन त्याचं घर चालवी. शाळेत तीच आमची 'शिक्षिका' होती.

त्या काळात फ्लेचर म्हणजे गावातलं एक प्रस्थ होतं. आम्हा शेतकरी कुटुंबांना त्यानं गावात थारा दिला, म्हणून गाव आम्हाला आपलं मानू लागलं. आम्ही टिकलो. गाव वसवणारे मूळ रहिवासी खाणी बंद पडल्यानं येऊन राहिले, तेव्हा तो या साऱ्याच टापूत गुरांचा मोठा धंदा करीत होता. त्याच्या आधी त्या भागात वावरणाऱ्या साऱ्या छोट्या 'रॅंचर्स'ना त्यानं हुसकावून लावलं होतं आणि आपला जम बसवला होता. आमच्यापैकी प्रथम आले, त्यांना त्यानं विरोध केला नव्हता; पण दिवसेंदिवस आमची संख्या वाढत होती. आज गावात आमची सात घरं वसली होती आणि फ्लेचरला हे पसंत नव्हतं. आता त्याला हे वाढतं आक्रमण वाटू लागलं होतं.

बाबा म्हणत की, पुढे गाव वाढत जाईल आणि मग गावाच्या इच्छेनं आपण राजरोस इथं राहू शकू. तोवर टिकून राहिलं पाहिजे. मि. ग्रॅफ्टनना याची कल्पना नव्हती असं नव्हे; पण ते तसे फार सावध वृत्तीचे होते आणि त्यांना वर्तमानापुढे भविष्याचे विचार केव्हाही महत्त्वाचे वाटत नसत. बाकीच्यांची तर काय, वारा येईल तशी पाठ द्यावी अशीच गत होती. वेळच येती तर फ्लेचरला मदत करून आम्हाला त्यांनी गावातून हुसकलं असतं आणि तो काही कारणांनी निष्प्रभ होता, तर आम्हाला पाठिंबा देऊन त्याचं तेच केलं असतं. त्यात आता फ्लेचर परत आला होता आणि पुन्हा एकवार नदीच्या दोन्ही बाजूंवर आपलं स्वामित्व प्रस्थापित करण्याच्या गोष्टी बोलत होता.

ही वार्ता कळताच आमच्या घरी एक बैठक बसली. गावाच्या दिशेनं आमच्या पलीकडे राहणाऱ्या लू जॉन्सननं ग्रॅफ्टनच्या दुकानी ही वार्ता प्रथम ऐकली आणि त्यानंच ती सर्वदूर पसरवली. तो स्वतःही ती सांगण्यासाठी धावतच आमच्या घरी आला. त्याच्या मागोमाग

त्याच्या पलीकडल्या वाडीवरचा हेन्री शिपस्टेड आला. हे दोघे आम्हा शेतकरी कुटुंबांपैकी गावात स्थायिक झालेले पहिले रहिवासी. ते चांगले भलेभक्कम, सज्जन, जुन्या काळचे शेतकरी होते. आयोवाहून ते इकडे पश्चिमेत आलेले होते.

बाकीच्यांबद्दल असं म्हणता आलं नसतं. जेम्स लेविस आणि एड हॉवेल्स बाबांनंतर येऊन राहिलेले. त्यांचा जमही बसावा तसा बसलेला नव्हता; त्यामुळे त्यांना हुसकणं कठीण जाणार नव्हतं.

आमच्या बाजूला जरा लांबच राहणारा फ्रँक तोरे हा बिचारा लहानखुरा, दुःखीकष्टी माणूस. त्याच्या तोंडी नेहमीच कॅलिफोर्नियाला जाण्याची भाषा असे. पण अर्थात तो असंही म्हणे की, कुणीतरी मोठ्या हॉटीचा बडा रँचवाला म्हणतो म्हणून मात्र आपण प्राण गेला तरी जाणार नाही.

फ्लेचर अद्याप वापरीत असलेल्या एका रँचला जवळजवळ लागून होता अर्नी राइट. हा आमच्यातला सगळ्यांत कच्चा दुवा होता. तसा तो होता मोठा गोड स्वभावाचा. नेहमी तो गाणी गुणगुणे, किस्से सांगत असे. हसवी आणि हसत असे; पण कामाच्या वेळी हा नेमका शिकारीसाठी, भटकायला गेलेला असायचा आणि मागचापुढचा विचार न करता कशानंही गरम व्हायचा. (त्या रात्री मात्र तो इतरांइतका मनापासून आणि विचारपूर्वक बोलत होता.)

मि. ग्रॅफ्टन म्हणाले, ''या खेपेला मात्र फ्लेचरचं बोलणं आपल्याला हसण्यावारी नेऊन चालणार नाही.''

फ्रँक तोरेनं विचारलं, ''पण तो करील काय? आम्ही आहोत ना. आमच्या जिवात जीव आहे तोवर आमची जमीन हक्कानं आमची आहे. तीन वर्षांत आम्ही तिचे कायदेशीर मालक होऊ आणि आपल्यापैकी काही तर आजही त्यांच्या जमिनीचे कायदेशीर धनी आहेत.''

जेम्स लेविस म्हणाला, ''मी सांगू का? तो होऊन खरं तर काहीसुद्धा गडबड करणार नाही. तसा आपण होऊन काही अंगावर ओढवून घेणारा तो माणूस नव्हे. तो बोलेल; पण बोलण्यानं आपलं काय वाकडं होणार आहे?'' आणखीही अनेकांनी लेविसच्या बोलण्याला दुजोरा दिला. जॉन्सन आणि शिपस्टेडला फ्लेचरच्या सारासार बुद्धीविषयी इतकी खात्री नव्हती. स्वतः बाबा काही बोलत नव्हते. तरीही सर्वांच्या

नजरा त्यांच्याकडे लागल्या होत्या.

बाबा म्हणाले, ''जिम म्हणतो ते खरं आहे. फ्लेचरनं त्याच्या माणसांना उगीच मोकाट असं केव्हाही सोडलेलं नाही. अद्याप तरी नाही. म्हणजे दुसरा मार्गच उरला नाही तर तो यानंतरही काही करणार नाही असं मात्र नव्हे; पण आणखी काही दिवस तरी तो या भागात गुरं घालणार नाही असा माझा कयास सांगतो. आधी तो बारीकबारीक प्रकरणं काढून, आपण आपखुशीनं इथून जातो का, ते पाहील. त्यासाठी छुपा छळ मांडील. याला लागलीच सुरुवातदेखील होऊ शकेल. तसं म्हटलं तर आपल्यापैकी कोणीही त्याला इथं राहिलेलं नको आहे; पण त्याचा खरा दात आहे माझ्यावर.''

एड हॉवेल्स म्हणाला, ''अगदी खरं, अगदी रास्त; पण तो करील तरी काय असं तुम्हाला वाटतं?''

बाबा किंचित स्मित करून म्हणाले, ''माझ्या हिशेबाप्रमाणे, शेनला तो असं दाखवून देऊ पाहील की, त्यानं माझ्या इथं राहणं त्याच्या हिताचं नाही.''

''म्हणजे तुमच्याकडे आधी होता त्या माणसाप्रमाणे–'' अर्नी राइटनं सुचवलं.

''हो, तेच.'' बाबा उद्गारले,'' मोर्लेचं केलं तेच तो शेनचं करू बघेल.''

मी सहज माझ्या छोट्या खोलीकडे नजर टाकली, तिथं एकटाच एका बाजूला बसून शेन हे सारं संभाषण एकाग्रतेनं ऐकत होता. मोर्लेचं फ्लेचरनं काय केलं ते जाणून घेण्याची बिलकूल उतावळी त्याला नव्हती; पण मला तो सारा प्रकार माहीत होता. मोर्ले मार खाऊन विव्हळत गावात परत आला, आपलं सामानसुमान बांधून रातोरात निघून गेला हे मी पाहिलं होतं. जाताना परत वळून पाहण्याचादेखील धीर त्यानं केला नव्हता आणि तरी मोर्लेचं काय घडलं ते जाणून घेण्याची शेनची मुळीच इच्छा नव्हती आणि तो स्वस्थपणे तिथं माझ्या खोलीत बसलेला होता. त्याला त्या गोष्टीची फिकीरच नव्हती; कारण तो मोर्ले नव्हता, तो शेन होता.

बाबा म्हणाले ते खरं होतं. का कुणास ठाऊक; पण मोर्लेनंतर फ्लेचरच्या नजरेत सध्या शेनच आहे असं गावांत जिकडेतिकडे मानलं

जात होतं, कुजबुजलं जात होतं. सर्वांची नजर शेनवर तो जाई तिकडे असे. मोर्लेला आपल्या माणसांकरवी मारून फ्लेचरनं आम्हाला एक प्रकारे आव्हानच दिलं होतं आणि बाबांनीही ते पत्करलं होतं. नाहीतरी पुढेमागे या सदाच्या कटकटीचा एकदाच काय तो निकाल लावावा लागणार हे दिसतच होतं. शेन गावातून हुसकावला गेला तर मग आमच्यापैकी कुणालाच इथं फार काळ थारा राहणार नाही असंच मानायला हरकत नव्हती.

आता शेनच्या भूतकाळाविषयीचं रहस्य लोकांच्या दृष्टीनं दुय्यम महत्त्वाचं झालं होतं आणि फ्लेचर त्याच्या पारिपत्यासाठी यानंतर कोणता डाव टाकतो आणि त्या दृष्टीनं शेनची कोणती तयारी आहे त्यालाच खरं महत्त्व आलं होतं. मी शाळेच्या वाटेवर असताना कुणीकुणी मला हटकून प्रश्न विचारीत, चौकशी करीत; पण मला माहीत होतं की, मी या बाबतीत काही बोलणं बाबांना आवडलं नसतं. म्हणून मी मुळी मला काही एक माहीत नाही असाच बहाणा करी. विचारणाऱ्यांचे प्रश्नसुद्धा मला कळत नाहीत असं दर्शवीत असे; पण खरं म्हणजे शेनवर माझंदेखील फार बारीक लक्ष होतं. उभ्या गावातल्या संघर्षाचं लक्ष्य एक माणूस बनावा आणि त्याला त्याची फिकीरही नसावी हे मला मोठं नवलाचं आणि विलक्षण वाटत होतं.

शेनला अर्थात सगळ्या गोष्टींची जाणीव होती. त्याच्या नजरेतून कोणताच तपशील कधी सुटत नसे. मग या गोष्टी कशा सुटतील? तरीही त्याची कामं नेहमीसारखी चालली होती. ऐन कामातही तो, मी किंवा आई दिसली की, नेहमीसारखाच स्मित करून हात उंचावी. बाबांशी पुढल्या सालच्या तयारीबद्दल त्याच्या अगदी ऐसपैस गोष्टी चालत. फरक पडला होता तो इतकाच की, नदीपलीकडे फ्लेचरच्या रॅंचवर बरीच घालमेल चालू होती. हल्ली आमच्या वाडीच्या अगदी समोरच फ्लेचरच्या 'काऊबॉईज'ची फार कामं निघू लागली आणि कामापेक्षा आमच्या बाजूची टेहळणी करण्यात आणि बोलण्यातच त्यांचा फार वेळ जाई.

एकदा दुपारी आम्ही धान्य पाखडीत असताना पाखडण्याचं यंत्र मोडलं. बाबा म्हणाले, ''मी गावात जाऊन ते दुरुस्त करून आणतो.''

नदीपलीकडे एक 'काऊबॉय' इतस्ततः फेऱ्या घालीत होता. त्याच्यावर

शेनचं लक्ष एकवटलं होतं. तो तत्काळ म्हणाला, "नको, मीच जाऊन येतो."

बाबा त्याच्याकडे पाहू लागले. ते जरा रागानंच म्हणाले, "तुला एकट्याला जाऊ देऊ मी? आणि समज त्यांनी– " बाबांनी जीभ चावली. ते बोलायचे थांबले. चेहरा पाडत ते कधी नव्हे ते पुटपुटले, "आय ॲम सॉरी! मी काहीतरीच बोललो." शेन पाखडण्याचं यंत्र गाडीत घालून निघाला. बाबा पाहत होते.

मला जायचं होतं; पण बाबा नको म्हणतील ही भीती होती. शेन आमच्या फाटकाबाहेर निघेपर्यंत मी काही केलं नाही. कोठीमागे गप्प उभा राहिलो. गाडी पुढून जाऊ लागली तशी टुण्णदिशी मी आत उडी मारली. आतून हे दिसलं की नदीपलीकडचा 'काऊबॉय' त्याच्या घोड्यावर स्वार होऊन त्याच्या 'रँचहाउस'कडे दौडत निघाला.

शेननंही ते पाहिलं. तो मंद हसला. मागे हात लांबवून त्यानं मला पुढं, शेजारी घेतलं. मला घुसळीत तो म्हणाला, "तुम्ही स्टारेट्स म्हणजे फार 'जादा' लोक. तुम्हाला काही ना काही धमाल हवी." मला तो परत जायला सांगेल असं वाटलं होतं; पण तसं काही त्यानं केलं नाही.

पाखडण्याचं यंत्र दुरुस्तीला टाकलं, ते दुरुस्त व्हायला तासभर तरी लागेल असं ऐकलं आणि मी जाऊन ग्रॅफ्टनच्या दुकानाच्या पायऱ्यांवर बसलो. शेन 'सलून'मध्ये गेला आणि त्यानं दारू मागवली. 'बार'च्या गल्ल्यावर विल ॲटके होता आणि एका टेबलाशी काही गिऱ्हाइकं बसलेली होती.

आणि काही क्षणांत दोन 'काऊबॉईज' सडकेनं वेगानं घोडे दौडवीत आले. क्रमशः त्यांनी वेग कमी केला आणि ते ग्रॅफ्टनच्या दुकानाशी थांबले. त्यांतल्या एकाला मी बरेचदा पाहिलं होतं. याला सगळे 'क्रिस' म्हणत. हा तरुण होता आणि अनेक वर्ष फ्लेचरच्या पदरी कामाला होता. दुसरा माझ्या पाहण्यातला नव्हता. हाही काही तसा वयस्कर नव्हता; पण थोड्या आयुष्यातच त्यानं पुष्कळ कष्ट उपसले असावेत, असं त्याच्याकडे पाहिल्यावर वाटत होतं. सरकारी कंत्राट मिळाल्यानंतर फ्लेचरनं काही नवी माणसं या बाजूला आणली होती. त्यांपैकी हा असावा असं मी ताडलं.

घोड्यांवरून उतरून ते दोघंही सलूनच्या खिडकीशी अच्चळ गेले. आत डोकावले. क्रिसनं आत पाहत बोटानं काहीतरी दाखवलं. ते जास्त व्यवस्थित पाहण्यासाठी तो दुसरा माणूस त्याच्या आणखी जवळ गेला आणि एकदम मागे वळून तो झपाट्यानं माझ्या अंगावरून त्याच्या घोड्याकडे गेला आणि घोड्यावर स्वारदेखील झाला.

मागोमाग तीरासारखा क्रिस धावला. मी तिथं होतो. हे दोघांच्याही ध्यानीमनी नव्हतं. क्रिसनं त्या दुसऱ्याला रोखलं.

''काय झालं तरी काय...?''

''चाललो मी.''

''पण मला समजत नाही– ''

''आपण चाललो आत्ताच. रामराम– ''

''ऐक! त्याला ओळखतोस तू?''

''असं कुठं म्हणालो मी! मी तसं काही म्हटलेलं नाही; पण मी चाललो. बस्स! फ्लेचरला सांग. हा भाग साला आपल्याला पसंत नाही.''

क्रिसचं डोकं आता तापत होतं. तो म्हणाला,

''मला आधीच समजायला हवं होतं. तू घाबरलास.''

त्या नव्या माणसाची मुद्रा तांबारली. ''हवं तर तसं म्हणा!'' तो गुरगुरला आणि घोडा उधळून सडकेनं गावाबाहेरच्या दिशेला गेलादेखील; पार दिसेनासा झाला.

आश्चर्याने मान हलवत क्रिस कठड्याला टेकून स्तब्ध उभा राहिला. ''हेल...'' तो स्वतःशीच पुटपुटला. ''मीच त्याला मारेन.'' तो व्हरांड्यात आला आणि 'सलून'मध्ये शिरला.

मी शेजारच्या 'स्टोअर'मध्ये घुसलो. स्टोअर आणि 'सलून'दरम्यानच्या दाराकडे धावलो. तिथल्याच दुकानातल्या एका खोक्यावर चढून बसलो. इथून 'सलून'मध्ये घडणारं सारं काही मी ऐकू शकत होतो आणि बरंचसं पाहू शकत होतो. 'सलून'ची जागा चांगली लांबरुंद होती. त्यात 'बार'चा भाग थेट दारापासून निघून आतल्या भिंतीशी समांतर असा मागच्या भिंतीला जाऊन टेकला होता. यां बंदिस्त झालेल्या भागात ग्रॅफ्टनचं ऑफिस होतं.

'बार'वर एक हात ठेवून शेन उभा होता. त्याच्या दुसऱ्या हातात दारूचा ग्लास होता. क्रिस आत येऊन त्याच्यापासून सुमारे सहा

कदमांच्या अंतरावर थांबला आणि त्यानं 'व्हिस्की'च्या बाटलीची ऑर्डर दिली. प्रथम क्रिसनं आपण शेनला पाहिलंच नाही अशी बतावणी केली. टेबलाशी बसलेल्यांना त्यानं 'हॅलो' केलं. ग्रॅफ्टन आणि अन्य दुकानांना लागणारा माल पुरवण्यासाठी दऱ्याखोऱ्यांमध्ये फिरणारे असे ते दोघे जण होते. मी शपथेवर सांगू शकतो की शेन अगदी सहजतेने क्रिसला न्याहाळीत होता आणि का कोण जाणे तो निराश झाला होता. व्हिस्कीची बाटली पुढं येईपर्यंत तो तसाच उभा होता, मग सावकाश त्यानं शेनकडे नजर नेली. जणू तो आताच त्याला पाहत होता.

''रामराम पाव्हणे.'' तो म्हणाला. शेन म्हणजे कोणी खेडवळ, अडाणी, फाटका शेतकरी असावा अशा सुरात त्यानं हे म्हटलं.

शेननं त्याच्याकडे गंभीर मुद्रेनं पाहिलं आणि विचारलं, ''मला काही म्हणालात?'' त्यानं हातातलं मद्य संपवलं.

''तर मग पाव्हणे म्हणावं असं कोण आहे इथं जवळपास उभं? घ्या पाव्हणे, थोडी घ्या आमच्यातली.'' क्रिसनं थोडी व्हिस्की एका ग्लासात ओतून शेनसमोर ठेवली. शेननं ती उचलून तोंडाशी नेली.

''काय पाव्हणे,'' क्रिस म्हणाला, ''व्हिस्की पिता तर तुम्ही!''

शेन जितक्या मनमिळाऊपणे बोलता येईल तितक्या मनमिळाऊपणे म्हणाला, ''आणखी पुष्कळ काही प्यायलोय मी; पण ठीक आहे. आतापुरती व्हिस्की चालेल.''

क्रिस इतरांकडे वळला. म्हणाला, ''ऐकलंत ना रे? हे पाव्हणे व्हिस्की घेतात व्हिस्की! मला वाटलं होतं, ही शेतकरी माणसं म्हणजे फार तर सोडा पीत असतील!''

शेन शांतपणे म्हणाला, ''हां, आमच्यातली कुणी कुणी सोडाच पितात.'' आणि एकाएकी सूर बदलून उग्र मुद्रेनं त्यानं क्रिसला म्हटलं, ''हे बघ बेटा, आता फार खेळ झाला. आता पळ पाहू घरी आणि तुझ्या फ्लेचरकाकाला सांग की, यापुढं पाठवाल तो जरा मोठा माणूस पाठवा असा शेनचा निरोप आहे.'' वळून त्यानं विल ॲटकेला म्हटलं, ''जरा सोडा द्या हो इकडे.''

विचित्र नजरेनं शेनकडे पाहत विल माझ्या अंगावरनं 'स्टोअर'कडे धावला. माझ्यासारख्या शाळकरी पोरांसाठी तिथं सोड्याच्या बाटल्या

ठेवलेल्या होत्या, त्यांतली एक घेऊन तो धावतपळत 'बार'कडे आला. क्रिस तोवर थंडपणे उभा होता. त्याला फारसा राग आल्याचं दिसत नव्हतं. काय घडतंय त्याची पुरती कल्पनाच त्याला नसावी असं मला वाटलं. जणू तो अन् शेन कसला तरी नवा खेळ खेळत होते आणि पुढं काय पवित्रा टाकायचा ते माहीत नसल्यासारखा क्रिस तिथं उभा होता.

त्यानं विलला विचारलं, ''काय हो, काय चाललंय हे इथं? हा कसला वास सुटलाय.'' मग शेनकडे वळून तो म्हणाला, ''ए शेतक-या, तू आणि स्टारेट तिथे काय करताय? डुकरं?''

विलनं पुढं ठेवलेल्या सोड्याच्या बाटलीला आता शेन हात घालीत होता. त्याची पकड बाटलीभोवती बसली. अगदी धीमेपणानं, नाइलाज झाल्यासारखा तो क्रिसच्या पुढ्यात जाऊन उभा ठाकला. त्याच्या गात्रागात्रांत जणू कसलं तरी चैतन्य सळसळत होतं. त्याच्या नजरेत अंगार पेटले होते. त्या क्षणी त्याच्या नजरेत त्या जागेचं दुसरं काही एक नव्हतं, होता काय तो पुढ्यातला कुचेष्टेनं हसणारा क्रिस.

सबंध 'सलून'मध्ये एवढी स्तब्धता होती की, तिचा त्रास होत होता. क्रिस एक कदम मागे सरकला, आणखी एक कदम मागे सरकला आणि ताठ उभा राहिला आणि तरी काही घडलं नाही. शेनच्या जबड्याच्या रेषा ताठरल्या होत्या; तो जणू दगडांतच घडवला होता असं वाटत होतं.

मग क्रिसवरची नजर काढून त्यानं त्याच्या पल्ल्याड, सडकेवर आणि लांबच्या डोंगराकडे बघितलं, तो तसाच पाहत राहिला. पाहता पाहता तो मुकाट्यानं चालू लागला. क्रिसच्या अंगावरून तो गेला. त्याला अगदी घसटून गेला. त्याला हातातल्या बाटलीचं स्मरण नव्हतं. त्याला भोवतालचं कसलंच स्मरण नव्हतं. तो दारावाटे बाहेर पडला आणि नाहीसा झाला.

माझ्या मागून मिस्टर ग्रॉफ्टन येऊन उभे होते. मोठ्या विचित्र नजरेनं ते क्रिसकडे पाहत होते. क्रिस आपला आनंद दडपण्याचा प्रयत्न करीत होता. तो दरवाजाकडे गेला तसा तिथेच खिळून उभा राहिला आणि त्यांच्याकडे निरखून पाहू लागला.

मुद्रा कष्टी करीत तो म्हणाला, ''पाहिलंस विल, माझा दारुण अपेक्षाभंग करून गेलाय तो. हातातली सोड्याची बाटलीसुद्धा नेली!''

आणि तो हसू लागला. हसतच बाहेर पडला. घोड्यावरून निघून गेला.

मिस्टर ग्रॉफ्टन म्हणाले, "त्या पोराला खूळ लागलंय खूळ."

विल ऑटके तिथं येत म्हणाला, "शेन असा वागेल असं मला नव्हतं वाटलं."

"घाबरला तो." ग्रॉफ्टन म्हणाले.

"काय झालं कोण जाणे? तो क्रिसला धडा शिकवील असं मला तरी वाटलं होतं." विल म्हणाला.

विलची कीव करावी तशा मुद्रेनं ग्रॉफ्टन म्हणाले, "कोण म्हणतो शेन क्रिसला घाबरला? छट्! क्रिसला बिलकूल घाबरला नाही तो. त्याला स्वतःचीच भीती वाटली." मिस्टर ग्रॉफ्टनच्या सुरात दुःख होतं. त्यांची मुद्रा विचारग्रस्त होती. ते म्हणाले, "यानंतरची चिन्हं ठीक नाहीत. विल, फार काही होणारसं दिसतं. मागे कधी घडलं नाही इतकं."

आणि त्यांच्या नजरेला मी पडलो. ते मला म्हणाले, "अरे पळ तू बिट्ट्या, त्यानं बाटली नेली ती काय स्वतःसाठी नेली असं वाटलं की काय तुला! पळ, मार धाव– "

मी धावलो. पलीकडेच स्टोअरबाहेर शेन बाटली हातात धरून माझी वाट पाहत उभा होता. मला त्यानं ती फोडून सोडा पाजला. मिरमिरीत सोडा मला आवडे; पण त्या दिवशी मला त्याची रुची जाणवलीच नाही. शेनला प्रथम पाहिलं तेव्हा तो उपरा, अनोळखी, भयप्रद वाटला तसा तो मला मघाशी क्रिससमोरून जाताना वाटला होता. मला ते आवडलं नव्हतं. मला तसा शेन नको होता. वाटेत मी काही बोललो नाही. मनातली भीती समूळ गेली नव्हती. तोही केवळ एकदाच बोलला आणि ते माझ्यासाठी नव्हतं, हे मला समजलं.

तो म्हणाला, "एखाद्यानं हुकुमाची तामिली केली तर त्याला का मारायचं? त्याला कसली अद्दल घडवायची? कोणता धडा शिकवायचा? पोटासाठी जगू नकोस? मग त्यानं कशाकरता जगायचं? छे! छे! बिट्टू, अरे, फार वाईट आहे बघ जिणं. तुला सांगतो, मला तो मुलगा आवडला होता." मग पुन्हा शेन जो गप्प झाला तो आमचं घर दिसेपर्यंत गप्पच होता. मग मात्र त्याची कळी धीरे धीरे खुलू लागली. घरात पाऊल ठेवते वेळी तो आमचा शेन होता. अगदी शेनकाका.

आमची चाहूल लागताच बाबा धावतच बाहेर आले. त्यावरून ते

आमच्या चिंतेत होते असं दिसलं. काय घडलं ते समजावून घ्यायची त्यांना अगदी घाई झाली होती; पण शेनला सरळसरळ प्रश्न विचारण्याची त्यांची तयारी नव्हती. त्यांनी मलाच विचारलं.

"काय बिट्टो, गावात तुला त्या 'काऊबॉइज'पैकी कुणी दिसलं का?"

माझ्याआधी शेनच उत्तरला, "फ्लेचरचा एक माणूस आमच्या मागून आला होता."

"नव्हे," मी सोत्साह उद्गारलो, "एक नव्हे दोन."

"दोन?" शेननं आश्चर्यानं विचारलं. त्या मानानं बाबांना मुळीच आश्चर्य वाटल्याचं दिसत नव्हतं. "दोघं होते तर दुसरा काय करत होता?"

मी म्हणालो, "तुम्ही कुठं आहात ते त्यानं खिडकीवाटे पाहिलं आणि लागलीच घोड्यावर बसून तो पळून गेला."

"पळून गेला? कुठं? फ्लेचरच्या रँचकडे?"

"नव्हे. उलट दिशेनं. जाताना तो म्हणाला, परत येणार नाही."

बाबांनी आणि शेननं एकमेकांकडे पाहिलं. बाबा मंद हसत होते. ते म्हणाले, "कमाल आहे शेनची. गनिमांपैकी एकजण बाद झाला तरी या मर्दाला पत्ता नाही! दुसऱ्याचं काय केलंस गृहस्था?"

"काही नाही. मला शेतकरी समजून थोडंफार बोलला तो. मी तिथून आपलं धान्य पाखडण्याचं यंत्र घ्यायला गेलो."

बाबांनी पुन्हा तेच सांगितले. शब्दांमध्ये अशा पद्धतीने अंतर ठेवले की जणू त्यामध्ये काही विशेष अर्थ दडलेला असावा. "तू – त्या – ब्लॅकस्मिथच्या – दुकानात – परत – जा."

विल ऑटकेला वाटलं तेच बाबांना वाटणार. शेन डरपोक ठरला असं ते समजणार असं मला वाटलं; पण त्यांच्या मनी तसं काहीसुद्धा आलं नाही. ते माझ्याकडे पाहत म्हणाले, "कोण होता रे तो?"

"क्रिस."

बाबांच्या मुद्रेवर पुन्हा स्मित आलं. घडलं ते पाहायला ते नव्हते; पण त्यांच्या डोळ्यांसमोर ते सारं आता जणू स्पष्ट उभं होतं. ते म्हणाले, "फ्लेचरनं दोघांना पाठवलं हे अगदी योग्यच केलं. क्रिससारख्या कोवळ्या पोराला एकटं कुठं पाठवण्यात अर्थ नाही. उगीच कुठं

लागेल बिगेल! दुसरा माणूस पळला त्यानं क्रिस बाकी गडबडलाच असणार. शेन निघून गेला तेव्हा तर त्याची आणखी गडबड उडाली असेल. छे! छे! त्या दुसऱ्या माणसानं थांबायला हवं होतं. तो गेला हे फार वाईट झालं.''

शेन म्हणाला, ''फार फार वाईट झालं.''

ज्या सुरात तो हे म्हणाला त्यानं बाबा एकाएकी गंभीर बनले. त्यांचं स्मित मावळलं. ते म्हणाले, ''तसा नव्हता माझ्या म्हणण्याचा अर्थ. मला इतकंच वाटतं की, क्रिस अननुभवी पोर; तो त्या सगळ्याचा चुकीचा अर्थ लावेल, त्यानं त्रास वाढण्याचा संभव आहे.''

''होय.'' शेन पुटपुटला, ''संभव आहे!''

७

बाबा आणि शेन म्हणाले होते तसंच घडलं. जेमतेम तो दिवस उलटतो तोवर क्रिसच्या तोंडची, घडल्या प्रकाराची हकिकत सर्वभर झाली. एकसारखी पसरत आणि वाढत गेली. फ्लेचरनं तात्पुरती तरी लढाई जिंकली होती आणि त्याला हे समजून चुकलं होतं. मिळेल त्या संधीला आमचा पाणउतारा करण्यासाठी फ्लेचरनं आणि त्याचा मॅनेजर मॉर्गननं आपली माणसं सज्ज ठेवून दिली.

अर्नी राइटच्या जमिनीच्या वरच्या अंगाचं, नदीचं पात्र त्यांनी वापरण्याला सुरुवात केली आणि ते गावाकडे जात तेव्हा मुद्दाम आमच्या बाजूच्या सडकेनं सावकाश दौडत जाऊ लागले. जाताना त्यांची नजर सर्वभर लांडग्यासारखी टेहळणी करीत आणि आपापसांत ते आमच्याबद्दल वाईट-साईट बोलत; हेतू हा की, आमच्यापैकी कुणाच्या कानी ते जावं.

मोठ्या बाप्यांनी असं पोरकट वागावं याचं मला मोठं नवल वाटे; पण त्या वागण्याचा परिणाम दिसून येत होता. शेन तिकडे दुर्लक्ष करीत होता. असल्या प्रकारांनी अधूनमधून बाबांची तिडीक उठे, तरीपण ते स्वतःवर ताबा ठेवीत; परंतु आमचे बाकी लोक मात्र या प्रकारांनी उघडउघड चिडीला येत होते आणि ती चीड दर्शवीतही होते. शेनची कल्पना बाबांना नि मला होती तशी त्यांना नव्हती. क्रिसच्या बढायांमध्ये किती अर्थ आहे आणि किती नाही ते त्यांना कुठं नक्की माहीत होतं?

होता होता परिस्थिती इतकी बिघडली की, ग्रॅफ्टनच्या दुकानी आमच्यापैकी कुणी जायचं तर सोडा-वॉटरच्या बाटलीची हिणवणी ऐकल्याविना एकदादेखील सुटका नसे. गावातल्या तिन्हाईत आणि

उपऱ्या माणसांतसुद्धा एक कडवटपणा प्रतीत होऊ लागला होता.

शेनविषयीची आमच्या भागातल्या लोकांची आताची भावनाही या दृष्टीनं बरीच बोलकी होती. अर्थात, त्याला स्वतःला त्याची मोठीशी फिकीर, खंत नव्हतीच. क्रिसच्या नि त्याच्या त्या मुलाखतीपासून त्याच्या मनाला एक वेगळीच स्वस्थता मिळाली होती. म्हणजे तो गाफील किंवा बेफिकीर होता असं नव्हे. तो पूर्वीइतकाच जागरूक असे. फक्त आपल्याविषयी कोण काय बोलतं याची त्याला बिलकूल क्षीति नसे. अर्थात, आम्ही सोडून आमच्यात तो आमच्यापैकी एक होता, सदाचा आणि पूर्ववत कायम होता.

मात्र, बाबांबद्दल कोण काय बोलतंय तिकडे त्याचं बारीक लक्ष होतं, स्वयंपाकघरात अर्नी राइट आणि हेन्री शिपस्टेड बाबांशी बोलत होते. त्या रात्री तो घराशीच उभा होता.

अर्नी म्हणत होता, ''छे! आता अगदी हद् झाली! माहीत आहे ना तुम्हाला, ते काऊबॉइज वारंवार माझं कंपाउन्ड तोडतात–''

यावर बाबा हसले, तेव्हा हेन्री शिपस्टेड मध्येच म्हणाला, ''यात हसण्यासारखं काहीही नाही आणि तुम्हाला तर हसण्याचा हक्कच नाही. अलीकडे तुमच्या शहाणपणावरचा माझा भरवसा डळमळू लागलाय. गावात आज आम्हाला ताठ मानेनं वावरण्याची सोय उरलेली नाही. आताच थोड्या वेळापूर्वी मी ग्रॅफ्टनच्या दुकानी होतो. तिथं क्रिस तुमच्या त्या शेनबद्दल जोरजोरानं सांगत होता, काहीबाही तो म्हणे, बरेच दिवसांत सोडा पिण्यासाठी फिरकला नाही!...''

दोघांचाही रोख बाबांवर होता. बाबा न बोलता नुसते बसून होते. काही म्हणत नव्हते. त्यांची मुद्रा झाकोळली होती.

राइट म्हणाला, ''हे स्वस्थ बसून पाहणं फार दिवस शक्य नाही, तुमचा तो शेनच याच्या मुळाशी आहे; त्याच्यामुळे हे घडलं. तुम्ही वाटलं तर रात्र रात्र त्याचं समर्थन करा; पण सत्य घटना बदलणं तर तुम्हाला, आम्हाला शक्य नाही! सत्य घटना ही की, क्रिससमोरून शेन पळाला.''

शिपस्टेड म्हणाला, ''फ्लेचरचं सध्याचं कारस्थान माझ्याप्रमाणे तुम्हालाही थोडंफार ठाऊक आहे. आमच्यातल्याच कुणी उसळी घेईपर्यंत तो गडबड करणार नाही. आमच्यापैकी कोणी ना कोणी एखादी

घोडचूक करण्याची आणि सारं अंगावर ओढवून घेण्याची तो वाट पाहतो आहे. तेवढं घडलं की, आमचा निकाल लावायला तो मोकळा झाला.''

''घोडचूक म्हणा की काही म्हणा.'' अर्नी राइट बोलला, ''आपली तर सहनशक्ती संपली. आता पुन्हा करू दे तर त्या फ्लेचरच्या हस्तकांना काही–''

बाबांनी मध्येच त्याला थांबवलं. ते म्हणाले, ''ऐका. कसला आवाज हा?''

आमच्या सडकेनं एक घोडा जोराने दौडत चालला होता. त्याच्या टापांचा आवाज होता तो. एका ढांगेत बाबा दाराशी पोहोचले. बाहेर पाहू लागले.

बाकीचे सारे त्यांच्या मागोमाग धावले. कुणीतरी विचारलं, ''शेन?''

बाबा म्हणाले, ''हं'' माझ्या छोट्या खोलीच्या दारात उभं राहून मी बाबांकडे पाहत होतो. त्यांच्या नजरेत एक तेज होतं. उन्मेष होता. पुटपुटत्या सुरात ते शेनला उद्देशून मोठ्या प्रेमानं शिव्या उच्चारीत होते. बाकीच्या दोघांकडे पाहून त्यांनी स्मित केलं. ते म्हणाले, ''हा शेनच गेला मंडळी, आता आपल्या हाती फक्त वाट पाहणं एवढंच आहे.''

मग काही वेळ ते तिघं काहीच बोलले नाहीत. आई सर्व ऐकत होती; ती बसल्या जागेवरून उठून स्वयंपाकघरात आली.

आणखी जेमतेम वीस मिनिटं वेगानं गेली असतील; पुन्हा घोड्याच्या टापा ऐकू आल्या. मोठ्या वेगानं घोडा वाकणावरून वळून दौडत आमच्या वाडीत घुसला. पाठोपाठ भराभरा बुटाची पावलं वाजली आणि शेन दारात येऊन थबकला. त्याची मुद्रा कठोर होती. ओठ एकमेकांवर गच्च रोवलेले होते आणि डोळ्यांत क्रौर्य होतं.

तो बाबांकडे पाहू लागला तशी त्याची मुद्रा हळूहळू निवळली; पण आवाजात काठिण्य कायम होतं. तो म्हणाला, ''आता बराच काळ कुणाला क्रिसचा त्रास होणार नाही.'' आणि वळून तो नाहीसा झाला. बाहेर सोडलेला घोडा त्यानं तबेल्याकडे नेला ते आम्ही ऐकलं.

नंतरच्या स्तब्धतेत, आणखी एका घोड्याच्या टापा आम्ही ऐकल्या. आमच्या सडकेवर तो वेगानं दौडत आला. फाटकाच्या आत शिरला आणि उभा राहिला. एड हॉवेल्स पळतच घरात आला.

त्यानं विचारलं, ''शेन कुठाय?''

''त्याच्या खोलीत. कोठीत.'' बाबा म्हणाले.

''काय झालं ते त्यानं सांगितलं की नाही तुम्हाला!''

''विशेष नाही.'' बाबा म्हणाले, ''क्रिसबद्दल काहीतरी–''

एड हॉवेल्स भारल्या सुरात सावकाश म्हणाला, ''आपण तर असलं कधी पाहिलं नाही.'' आणि काय घडलं ते त्यानं सांगितलं.

तो काहीतरी खरेदी करण्यासाठी ग्रॅफ्टनच्या दुकानी गेला होता. शेजारच्या 'सलून'मध्ये तो शिरला नाही. कारण तिथं क्रिस आणि रेड मार्लिन असे फ्लेचरचे दोघे हस्तक एका टेबलाशी बसलेले त्यानं पाहिले; पण 'सलून'मध्ये एवढी शांतता कशी याचं नवल तो मनाशी करतो आहे, तेवढ्यात त्याला 'बार'च्या दिशेनं शेन येताना दिसला. भोवतालच्या कशाचीही दखल नसल्यासारखा संथ, धीमा चालत शेन 'बार'शी पोहोचला. क्रिस आणि रेड मार्लिन दोघंही स्तब्ध झाले होते. वास्तविक शेनला उद्देशून काहीतरी कुत्सित बोलण्याची त्यांना ही संधी होती; पण गप्प राहण्याचाच तो वखत होता, असं एड हॉवेल्स ते सांगताना म्हणाला, शेनची मुद्राच तशी भयंकर होती.

शेननं ऑर्डर दिली, ''दोन सोडा पॉप.'' 'बार'ला पाठ टेकून तो साऱ्या 'सलून'वरून आपली नजर फिरवू लागला. ही नजर मात्र फार स्निग्ध वाटत होती; पण तशी ती नव्हती. शेनच्या मनात तरी काय आहे याचा विचार करीत जो तो चूपचाप होता. विल ॲटकेनं दिलेल्या दोन बाटल्या उचलून शेन निघाला, तो थेट क्रिसच्या टेबलाकडे. त्यानं हातातल्या दोन्ही बाटल्या टेबलावर रोवल्या. त्यांतली एक क्रिसपुढं सारली.''

''गेल्या खेपेला आलो होतो, तेव्हा तू मला सोडा देऊ केला होतास. आता माझी खेप.'' त्याचे शब्द त्या विलक्षण निस्तब्धतेत कोरून निघाले. क्रिसला त्याचा मथितार्थ कळून चुकला. एड हॉवेल्स म्हणाला की, त्यांचा अर्थ स्पष्ट होता. क्रिसनं ती बाटली उचलावी. त्याच्याकडे स्मितपूर्वक पाहावं आणि ती प्यावी एवढंच शेनला अभिप्रेत होतं.

शेनला कुत्सितपणे बोलण्याची त्यांना ही संधी होती; परंतु त्याने गप्प राहणेच श्रेयस्कर मानले. बाटली उचलण्यासाठी क्रिसनं उजवा हात पुढं केला. घाई करून त्यानं ती बाटली उचलली, तशीच

शेनच्या अंगावर भिरकावली.

विजेसारखा शेन जागचा सरकला. हॉवेल्स तर म्हणाला की, ती बाटली हवेत होती तोवरच, झटदिशी बाजूला सरकून शेननं बाटली चुकवली. क्रिसची पुढली कॉलर धरली आणि त्याला खुर्चीतून, टेबलावरून समोर खेचला. क्रिस पाय रोवण्याचा प्रयत्न करीत होता तोवरच शेननं त्याचा शर्ट सोडला आणि त्याला पाठोपाठ तीन ठोसे लगावले. त्याचा हात एवढा चपळाईनं हलला की, हॉवेल्स म्हणाला, तो मुळी हलताना नीटसा दिसूच शकला नाही. बंदुकीचे एकावर एक तीन बार व्हावेत तसे तीन आवाज झाले.

शेन मागे झाला आणि बधिरलेलं मस्तक झाडीत क्रिस किंचित्काळ उभ्या जागीच कायम राहिला. तो आता फार बेफाम झाला होता. क्षणातच तो मुसंडी मारून शेनच्या अंगावर धावला आणि शेननंही त्याला येऊ दिलं. तो हाताच्या अंतराआत येताच शेनचा आणखी एक जबरदस्त गुद्दा त्याच्या अंगात बसला. क्रिसचं मस्तक या वेदनेनं खाली झुकताच शेनचा उजवा उघडा पंजा वर आला आणि त्यात सणसणीत क्रिसचं मुस्काट पकडून शेननं त्याचं मस्तक मागे ढकललं.

त्या रेट्यानं क्रिसचे पाय जागचे सुटले. त्याचे ओठ फुटले होते. नाकावाटे त्यावर रक्ताचा ओघळ लागला होता. त्याचे डोळे लालभडक होऊन पाणावले होते आणि त्यांनी त्याला धड पाहाताही येत नव्हतं. एड हॉवेल्स म्हणाला की, क्रिसचा चेहरा तेव्हा घोड्यांनं तुडवावा तसा भेसूर दिसत होता. तरीही तो तसाच पुन्हा एकवार वेडीवाकडी चाल करून शेनच्या अंगावर आला.

शेननं त्याचा एक हात पकडला आणि तो पिरगाळला. क्रिसच्या त्या हाताखाली त्यानं आपल्या खांद्याचा रेटा दिला आणि तो आणखी पिरगाळला. क्रिस वेदनेनं हिरवानिळा झाला. जागचा उचलला गेला; पाहता पाहता शेननं त्याचा तो हात सारं बळ एकवटून पुढं खेचून क्रिसला उताणा जमिनीवर आपटला. क्रिसचं हाताचं हाड मोडलं तेदेखील स्पष्ट ऐकू आलं, असं एड म्हणाला.

क्रिसच्या तोंडून आता वेदनेनं भरलेली एक मोठी आरोळी उमटली. ती शांत झाली आणि खोलीत एकही आवाज उमटत नव्हता. जिकडे तिकडे गपगार होतं. आडव्या लोळलेल्या क्रिसकडे शेननं पाहिलंदेखील

नाही. तो ताठ, निश्चल उभा होता आणि फार भयंकर वाटत होता. त्याच्या शरीराची रेषा न् रेषा स्प्रिंगमध्ये ओढल्यासारखी तंग वाटत होती; पण तो हलत नव्हता की चलत नव्हता. मग त्याची नजर रेड मार्लिनवर पडली आणि रेड मार्लिन बसल्या जागी जरा जास्तचखाली सरकला.

शेन अत्यंत मृदु सुरात रेडला म्हणाला, ''तुलासुद्धा सोड्याच्या बाटलीबद्दल काही म्हणायचं असेलच.'' एड हॉवेल्स म्हणाला, त्याच्या आवाजातल्या त्या विलक्षण मार्दवानंच ऐकणाऱ्यांच्या अंगावर झिणझिण्या उमटल्या.

मेल्या मढ्यासारखा रेड मार्लिन बसल्या जागी थिजला होता. आयुष्यांत कदाचित् प्रथमच, तो एवढा भ्यायला होता. सर्वांना हे जाणवलं होतं आणि सर्वांना हे जाणवलंय हे रेडला कळत होतं; पण त्याला त्या क्षणी त्याची फिकीर नव्हती. त्यापलीकडे तो पोहोचला होता. त्या जागी हजर असलेल्या सर्वांचीच गत जवळपास अशी झाली होती तर कोण कुणाला हसणार?

आणि सगळे भयचकित होऊन पाहत असतानाच शेनचा क्रोध पाहता पाहता ओसरला. त्याच्या गात्रागात्रांतली जळजळीत आग पाहता पाहता थंड झाली आणि राखेत गाडल्या गेलेल्या एखाद्या निखाऱ्यासारखा शेन विझला. शेन अंतर्मुख झाला. भोवतालचं सारं विसरून दूर कुठंतरी पोहोचला. शेन कुणाचा राहिला नाही. शेन स्वतःचाही राहिला नाही. किंचित्काळ अशा स्थितीत तिथ उभं राहिल्यावर स्वप्नातून जाग यावी, तसं त्यानं वाकून पायतळी पाहिलं. निश्चल झोपलेल्या क्रिसकडे पाहिलं. एड म्हणाला, तसं पाहता पाहता सीमेच्या विषादानं त्याला झपाटलं. संथपणे तो वाकला. क्रिसचा निपचित, लुळ्यापांगळा देह त्यानं दोन्ही हातांत हळुवारपणे गोळा करून उचलला. तो घेऊन तो एका टेबलाकडे गेला. क्रिसला त्यानं टेबलावर झोपवलं– लहान मुलाला झोपवावं तसं झोपवलं. क्रिसचे पाय टेबलाखाली लोंबत राहिले. मग शेन 'बार'कडे गेला. त्यानं विलचं 'बार' स्वच्छ पुसायचं फडकं उचलून आणलं. त्या फडक्यानं त्यानं क्रिसच्या तोंडावरचं रक्त पुसून घेतलं. त्याचा मोडलेला हात काळजीपूर्वक चाचपला.

त्याचं हे चाललेलं असताना कोणीही चकार शब्द उच्चारला नाही.

अखेर शेनच 'सलून'च्या दुसऱ्या टोकाशी थिजून बसलेल्या रेड मार्लिनला म्हणाला, ''याला घरी घेऊन जा आणि हाताचं हाड बसवून घे. याची चांगली काळजी घे. पुढे हा मोठा मर्द पुरुष होईल.'' मग त्यानं क्रिसकडे पाहिलं. बेशुद्ध क्रिसला तो म्हणाला, ''फक्त एकच खोड आहे तुझ्यात. तू अजून तरुण आहेस. ही खोड तशी दुरुस्त व्हायची नाही. काळच ती दुरुस्त करील.''

हे शब्द उच्चारताना शेनचं काळीज दुखत होतं. तो दाराकडे गेला. दारावाटे बाहेर काळोखात दिसेनासा झाला. एड हॉवेल्सनं सांगितलेली ती हकिकत अशी होती. एड शेवटी म्हणाला, ''हे सारं घडायला पुरती पाच मिनिटंदेखील लागली नाहीत. त्यानं क्रिसला धरल्यापासून क्रिस भुईवर बेशुद्ध लोळला, तो सारा प्रकार फार तर तीसएक सेकंदांत घडला. मला विचाराल तर शेन मोठा भयंकर इसम आहे. आपण असला दुसरा पाहिला नाही. तो या जोच्या पदरी कामाला राहिला आहे, फ्लेचरकडे गेला नाही; हे मी तरी माझं आणि आपलं सर्वांचं भाग्य समजतो.''

बाबांनी हेन्री शिपस्टेडकडे बघितलं. ते म्हणाले, ''हूं. मग? काय हेन्री? मी चुकीच्या माणसाला घरी ठेवून घेतलं, होय ना?''

या उप्पर कुणी काही म्हणणार तो आईच बोलती झाली. तिचा सूर भारी बेचैन होता. बाबांना उद्देशून ती म्हणाली,

''दुसऱ्या कुणाला कशाला ऐकवता? मीच म्हणते. तुम्ही चुकीच्या माणसाला घरात ठेवून घेतलंत.''

बाबा मूढ होत म्हणाले, ''अगं, एकाएकी झालं काय तुला?''

आई म्हणाली, ''त्याला इथं ठेवून घेतल्यानं पाहा ना तुम्ही त्याचं काय करून बसलात ते. आपलं एक होतं ते होतं; पण त्यालाही फ्लेचरशी फुकट वैर घ्यायला लावलंत!''

बाबांची मुद्रा आता रागीट बनली. ते गुरगुरले, ''तुम्हा बायकांना यातलं काही कळत नाही हेच खरं. अगं, हे बघ, क्रिस बरा होईल. तो तरुण आहे, चांगला धट्टाकट्टा आहे. तेवढा तो हात सरळ झाला की, पुन्हा पूर्वीसारखा हिंडू-फिरू लागेल.''

''मी काय म्हणते ते तुम्हाला अगदीच कसं कळत नाही?'' आईनं म्हटलं, ''क्रिस बरा होईल. तो होऊ दे; पण शेनचं काय?''

८

आईच्या तोंडून जणू देवच बोलला. शेन यानंतर बदलला. त्याच्याकडून तो पूर्वीसारखंच आमच्यात वागण्या-वावरण्याची कोशिश करीत होता. वरवर काहीही वेगळं घडत, भासत नव्हतं; पण उभ्या उन्हाळ्यात त्याच्या मनाला जी स्वस्थता होती, ती आता हरपली. आता तो पूर्वीसारखा दिलखुलासपणे सकाळ-संध्याकाळ बसून आमच्याशी गप्पागोष्टी करीनासा झाला.

एकेकदा तो एकटाच आमच्या वाडीत फिरत राही आणि या एकाच गोष्टीनं त्याला खूप बरं वाटे असं दिसे. कोणी पाहत नाही अशा कल्पनेनं, त्यानंच बांधलेल्या, कोंडवाड्याच्या कुंपणावरून तो हात फिरवीत राही, शेतात जाऊन उंच, झुलत्या रोपांना कुरवाळी, पायतळीची माती घेऊन ती पुनःपुन्हा बोटांमधून खाली घसरू देई, तेव्हा मी त्याला पाहत असे.

कधीकधी संध्याकाळच्या जेवणानंतर लागलीच तो घरातून अदृश्य होई. अशा वेळी, कितीकदा मी त्याला कुरणात घोड्याजवळ उभा असलेला पाहिला होता. घोड्याच्या मानेभोवती त्यानं हात वेढलेला असे आणि त्याच्या कानाच्या वरखाली तो खाजवीत राही. असं करताना त्याची नजर, तिन्हीसांजेच्या त्या धूसर प्रकाशात न्हालेल्या आमच्या वाडीभर फिरत राही. फिरत फिरत ती अस्ताचलावरच्या सूर्याचा मागोवा घेत लांबच्या डोंगराशी जाऊन खिळे. बराच वेळ मग शेन एकटक तिथं पाहत राही.

एके दिवशी मी त्याला विचारलं, ''शेनकाका, त्या दिवशी तू क्रिसला उचलून आपटलंस, तसं मला कुणाला तरी आपटायला शिकवशील?''

यावर तो इतका वेळ गप्प होता की, मला वाटलं, तो उत्तरच देत नाही; पण शेवटी तो म्हणाला, ''हे बघ बिट्ट्या, या गोष्टी शिकवून शिकायच्या नसतात. त्या उपजतच असतात. बस्स!'' मग तो एकाएकी भरभर बोलू लागला. काहीतरी समजावू लागला. तो म्हणाला, ''मी खूप प्रयत्न केला. तुला तरी हे माहीत आहे, बिट्टू. आहे ना? तू तरी समजू शकशीलच हे. खरं की नाही? मी खूप -अगदी शिकस्तीचा प्रयत्न केला.''

मला काही समजत नव्हतं. तो काय म्हणत होता, समजावत होता ते मुळी माझ्या अकलेपलीकडचं होतं; त्यामुळे त्यावर काय म्हणावं ते मला सुचलं नाही.

''मी ते त्याच्यावर सोपवलं होतं. त्या दुसऱ्या खेपेला तरी त्यानं विचार करायला हवा होता. तो सगळं संपवू शकला असता, मिटवू शकला असता. जातीचा मर्द असता तर मिटवलं असतं त्यानं. तुला नाही वाटत, बिट्टू?''

अजूनही मला काही वाटत नव्हतं; पण मी म्हणालो, ''वाटतं.'' मी असं म्हणावं अशी त्याची फार इच्छाच दिसली. पुढं केव्हातरी मला खरोखर तसं वाटलं, तो काय म्हणत होता ते उमजलं; पण काय उपयोग? तेव्हा मी मोठा वाढलो होतो, त्याच्यासारखा मर्द झालो होतो आणि तो मला म्हणत होता ते उमजलं, हे सांगायलाच तो माझ्याजवळ नव्हता.

शेनमध्ये झालेल्या बदलाची जाणीव आई-बाबांना होती की नाही कोण जाणे. ते कधी त्याविषयी बोलले नाहीत, निदान मी जवळपास असताना तरी नाही; पण एके दिवशी दुपारी मी आईला बोलताना चोरून ऐकलं आणि मला कळून चुकलं की, आईला तरी निदान, शेनमधला बदल ठाऊक होता.

शाळेतून घाईनं मी घरी आलो होतो. कपडे बदलले अन् बाबा आणि शेन काय करताहेत ते पाहायला बाहेर पडलो तेव्हा डोक्यात एक कल्पना आली. संध्याकाळच्या जेवणाआधी मी काही खाणं आईला आवडत नसे; पण स्वयंपाकघरात एका फडताळात ती केक ठेवी. त्यातला थोडातरी खावा अशी मला इच्छा झाली. काही केल्या राहवेना. मोह अनावर होऊ लागला. थोडं इकडेतिकडे करून मी शेवटी

स्वयंपाकघराची चाहूल घेतली. आई बाहेर अंगणात होती. स्वयंपाकघराचं दार तर तिच्या नजरेत होतं. मग मी पावलं न वाजवता अलगद घराच्या मागे गेलो. खिडकीवाटे माझ्या निजण्याच्या खोलीत शिरलो आणि तिथून स्वयंपाकघर गाठलं आणि तेवढ्यात मी आईनं शेनला मारलेली हाक ऐकली.

बहुतेक तो कोठीत असावा. कारण नंतर एका क्षणातच तो आईपुढं आला. स्वयंपाकघरातून मला तो दिसत होता. त्याची हॅट त्याच्या हातात होती.

"हे आसपास नसताना मला जरा तुमच्याशी बोलायचं होतं."

"बोला की." तो म्हणाला. आईविषयी शेनच्या मनात एक विशेष भावना होती आणि ती त्याच्या शब्दांत, नजरेत प्रकट होई. दुसऱ्या कोणाशीही तो असा बोलत, वागत नसे.

"फ्लेचरच्या प्रकरणी यानंतर काय घडेल, काय नाही या विचारानं तुम्ही हल्ली फार संत्रस्त असता, होय ना? आधी तुम्हाला वाटलं होतं, वाडीवरच्या अडल्यापडल्या गरजेला मदत केली की, संपलं. फारफार तर थोडी दहशत बसावी इतपत वागावं लागेल. प्रत्यक्षात हे इतकं घडेल, चिघळेल असं तुम्हालाही वाटलं नसेल आणि आता आणखी यात काही बरंवाईट घडलं तर काय करावं हा विचार तुम्हाला पडला आहे, होय ना?"

"तुम्हाला फारच समज आहे."

"आणखीही कसला तरी विचार तुमच्या मनात घर करून आहे."

"फार फार समंजस आहात तुम्ही."

"आणि आता तुम्हाला वाटतंय, इथून गेलं तर काय होईल?"

"कसं ओळखलंत तुम्ही हे?"

"कारण तेच तुम्ही करायला हवं; पण तसं करू नका असं मी तुम्हाला सांगणार आहे." सूर्याची शेवटची किरणं आईच्या भुरभुरत्या केसांत नाचत होती. आई त्या वेळी विलक्षण सुंदर दिसत होती. शेनला ती म्हणत होती, "तुम्ही जाऊ नका शेन, 'यां'ना तुमची गरज आहे. कधी नव्हती एवढी गरज आहे, ते तोंडानं सांगू शकणार नाहीत एवढी आहे."

"आणि तुम्हाला?" ओठातल्या ओठात शेननं विचारलं. इतकं

ओठात की त्यानं नेमकं हेच विचारलं का हेही मला त्या वेळी नक्की समजलं नाही.

आई स्तब्ध राहिली. मग मान वर करून म्हणाली, "आहे. कबूल करायलाच हवं हे. मलाही गरज आहे तुमची."

"अच्छा!" तो मृदु स्वरात पुटपुटला. मग अत्यंत गंभीर मुद्रेनं आईला न्याहाळत अखेर त्यानं विचारलं, "तुम्ही मला जे सांगता आहात त्याची पूर्ण जाणीव तुम्हाला आहे ना?"

"आहे आणि तुम्हाला म्हणूनच ते मी सांगते आहे. खरं सांगू का? एका दृष्टीनं तुम्ही इथून गेलात आणि पुन्हा परत आला नाहीत तर ते माझ्या दृष्टीनं बरं होणार आहे; पण त्यांना तुमची गरज आहे आणि म्हणून तुम्ही राहायला हवं. म्हणून मी तुम्हाला राहायला सांगते आहे. तुम्ही पुन्हा मला आग्रह करायला लावणार नाही असं मी समजते. तुम्ही राहाणारच आहात. आपल्याला कितीही त्रास झाला तरी राहणार आहात. 'यां'ना फ्लेचरशी एकाकी लढणं जमणार नाही."

शेनच्या मनात मोठा झगडा चालू असावा असं मला वाटलं. आई एकटीच बोलत होती. तिचे शब्द सावकाश येत होते, चाचपडत येत होते.

"ही वाडी फ्लेचरमुळे हातची गेली तर 'यां'ना जगणं लाजिरवाणं होईल. आता पुन्हा नव्यानं सगळ्याला सुरुवात करण्याचं वय उरलंय का यांचं? असं समजू आपण की, तेही करतील ते. कारण अखेर ते 'जो स्टारेट' आहेत. वय झालं असलं तरी मनगटात धमक आहे त्यांच्या. कदाचित देवदयेनं याहूनही चांगली स्थिती येईल आम्हाला; पण त्याचं महत्त्व नाहीच. महत्त्व याला आहे की, लग्नात त्यांनी मला ही वाडी मालकीची करून देण्याचं वचन दिलं होतं. पहिली कित्येक वर्ष या एकाच ध्यासानं ते जगत, कष्टत होते. दोन-दोन माणसांचे श्रम ते एकटे करीत. पुढे बिट्टू जरा मोठा झाला, त्याला चालता येऊ लागलं, तशी आम्हाला सोडून ते इथं आले, इथं राहिले. आपल्या हातानी त्यांनी हे घर बांधलं. ही वाडी वसवली. आम्ही इथं आलो तेव्हा आमच्याकरता आमचं घर, आमची वाडी तयार होती. इथून कुठंही गेलो तरी इथली सर दुसऱ्या कोणत्याही घराला, वाडीला कशी येईल?"

शेननं आईकडे पाहून स्मित केलं आणि तरी, त्याला तसं हसताना पाहतानाही, मला त्याच्याबद्दल खूप काहीतरी वाटलं. शेन म्हणाला, ''तुमच्यासारखी जोडीदारीण लाभली याचा 'जो'ला फार अभिमान वाटायला हवा. वाडी जाण्याचा विचार सोडा. ती जाणार नाही.''

आई खुर्चीला मागे टेकली. आता तिची मुद्रा उजळलेली दिसत होती. कोणत्याही बाईसारखी ती आता बोलली नेमकं त्याविरुद्ध बोलू लागली. ती म्हणाली, ''पण तो फ्लेचर मोठा दुष्ट आहे बरं– राहायचं ठरवण्याआधी नीट विचार केलाय ना तुम्ही?''

शेन केव्हाच कोठीकडे चालू लागला होता. तो थबकला. वळून आईला म्हणाला, ''तुमची ही वाडी जाणार नाही; मी म्हणालो ना?''

तो म्हणाला त्याला खचितच अर्थ होता, कारण त्याच्या म्हणण्यामागे आत्मविश्वास आणि ताकद होती आणि मुख्य म्हणजे तो ते म्हणाला होता– शेन!

२

पुन्हा एकवार आमच्या भागात सारं निवांत होतं. त्या रात्री शेन क्रिसचा बंदोबस्त करून आला. त्यानंतर आमच्या नजीकची सडक वापरणं फ्लेचरच्या माणसांनी टाकलं होतं. नदीपल्याडदेखील क्वचितच एखादा 'काऊबॉय' दृष्टीला पडे. आमचा नाद सोडण्यासाठी त्यांना निमित्तही बरं सापडलं होतं. रँचवरच्या इमारतीची दुरुस्ती चालली होती. फ्लेचर लवकरच आणणार होता त्या गुरांच्या कळपासाठी नवा मोठा कोंडवाडा बनवण्याचं कामही चालू होतं.

अगदी तसाच, शेनसारखाच बाबांचाही चेहरा पाहण्यासारखा झाला होता. ते दोघेही कायम एकत्र काम करायचे. शेतातील वेगवेगळ्या भागांमध्ये वेगवेगळे काम करायचे असेल, तरीही ते वेगवेगळे होऊन काम करीत नसत. जेव्हा प्रत्येक गोष्ट गरजेची होती, अशा काळात त्यांनी गावातील रस्त्यांसाठीही एकत्र काम केलेले होते. अगदी कामाच्या ठिकाणीसुद्धा बाबा त्यांच्यासोबत एक बंदूक बाळगून असत. क्रिससोबत झालेल्या झगड्यानंतर दुसऱ्या दिवशी सकाळी त्यांनी नाश्ता केला आणि ते बेल्ट लावत असताना त्यांना शेनकडे प्रश्नार्थक नजरेने पाहिलेले मी पाहिले होते. परंतु शेनने नकारार्थी मान हलवली आणि बाबांनीही मान हलवली आणि निर्णय मान्य केला. त्यानंतर ते एकही शब्द न बोलता तिथून निघून गेले होते.

दिवस चांगले होते. वातावरण निरभ्र आणि सुंदर असे. अशा दिवसांत, मनाला आणि शरीराला नवं चैतन्य, नवी उमेद देणाऱ्या या दिवसांत इतक्या आकस्मिकपणे काही गडबड उडेल अशी अपेक्षा नव्हती. आठवडाअखेरीस आम्ही सारे छकडा जोडून गावात जाणार होतो. छकड्यात बाबा नि आई मागे; आणि मी आणि शेन पुढं. कितीतरी

दिवस आम्ही या दिवसाची वाट पाहत होतो. ग्रॅफ्टनचं दुकान या दिवसांत गजबजलेलं असे. सारखी गिऱ्हाइकांची रीघ लागलेली असे. आई आठवूनआठवून एकेक गोष्टीची यादी गल्ल्यावरच्या माणसाला सांगे आणि सांगताना आसपासच्या ओळखी-पाळखीच्या आयाबायांशी तिच्या गप्पागोष्टी चालत. ती आणि इतर काही जणी एकमेकींना चांगल्या रेसिपी देण्यात तरबेज होत्या आणि ही त्यांची एकमेकांना देवाणघेवाण करण्याची जागा होती. बाबा आपली 'ऑर्डर' लेखी देत आणि काही टपालबिपाल असलं तर पाहायला जात. ते तिथंच बसत आणि जवळच्या ताज्या वर्तमानपत्राचं तब्येतशीर वाचन करीत. हे करताना तेही येत्या-जात्या परिचिताशी चार गप्पा केल्याशिवाय राहत नसत. पीकपाणी, हवा, गुरांची निपज असल्याच विषयांवरच्या त्या गप्पा असत. एकदा बाबांचं हे चालू झालं म्हणजे शेन मुकाट्यानं अथपासून इतिपर्यंत वर्तमानपत्र वाचून काढी.

मी त्या दुकानात जाऊन मुख्य काउंटरच्या शेवटी असणाऱ्या खुल्या डब्यात ठेवलेले भरपूर क्रॅकर्स घेत असे. ग्रॅफ्टन यांच्या मोठ्या मांजरीसोबत मी लपाछपी खेळत असे. अनेकदा मोठे खोके हलवताना मी त्या जाड्या मांजरीसोबत खेळत असे. आईचा मूड चांगला असला की मला त्या वेळी कँडीची बॅग मिळत असे.

या खेपेस गावात जरा जास्त वेळ काढायला एक नवं कारण होतं आणि मला ते नापसंत होतं. आमच्या शाळेतल्या बाई, जेन ग्रॅफ्टन यांनी मध्यंतरी माझ्या हाती आईसाठी एक चिठ्ठी देऊन तिला एकदा भेटायला, बोलायला बोलावलं होतं. ते माझ्यासंबंधांत असणार होतं. एक तर अभ्यासात मी कधीच मोठासा हुशार नव्हतो. त्यातच आमच्या घरातल्या अलीकडच्या उलथापालथींनी अभ्यासात माझं मन राहिलेलं नव्हतं. मिस ग्रॅफ्टन शक्य तितकं मला सहन करायचा प्रयत्न करत असत. परंतु अखेर त्या वैतागून गेल्या होत्या आणि त्यांनी आईला पत्र लिहिले होते. शाळेच्या वर्गामध्ये एकही शब्द न बोलता शांत राहणारा मुलगा त्यांना कसा बरे चालला असता. त्या आठवड्यामध्ये दोन वेळा मी ऑली जॉन्सनसमवेत जेवणाच्या वेळेनंतर बाहेर गेलो होतो आणि आमच्या आवडीच्या तळ्यात मासा आहे का, हे पाहायला गेलो होतो.

आईनं हवं होतं ते सारं घेतलं. पुन्हा एकदा आठवण करकरून काही न उरल्याची खात्री करून घेतली. मग माझ्याकडे पाहून तिनं कसली तरी आठवण झाल्याप्रमाणं केलं आणि आता ती दुकानामागच्या ग्रॅफ्टनच्या राहत्या जागी जाऊन आमच्या बाईंना भेटणार हे मला कळून चुकलं. तिच्याकडे लक्षच नसल्यासारखं मी दर्शविलं. दुकानात आता थोडीच माणसं होती. लगतच्या 'सलून'मध्ये मात्र एव्हाना चांगलीच दाटी झालेली होती. आई बाबांकडे गेली आणि म्हणाली, "चला हो. तो मुलगा मला एकटीला आवरण्यापलीकडे गेलाय अलीकडे. तुम्ही चला माझ्याबरोबर त्याच्या बाईंकडे.''

बाबांनी भरकन एकदा दुकानभर नजर टाकली आणि शेजारच्या 'सलून'मधले आवाज ऐकत ते क्षणभर थांबले. फ्लेचरच्या माणसांपैकी कोणीच आमच्या दृष्टीला पडलेलं नव्हतं. बाबांनी मग वर्तमानपत्र वाचण्यात गढलेल्या शेनकडे पाहिलं. ते म्हणाले,

"आम्हाला फार वेळ लागणार नाही. एका मिनिटात आलोच.'' आई-बाबा दुकानामागच्या दरवाजावाटे आतल्या बाजूला राहणाऱ्या आमच्या बाईंना भेटायला गेले. शेन तत्काळ जागचा उठला आणि 'सलून'च्या दाराशी गेला. त्याच्या सहजगत्या वाटणाऱ्या पद्धतीनं त्यानं तो सारा भाग एकदा नीट नजरेत घातला आणि तो संथपणे आत शिरला. पाठोपाठ मीही गेलो; पण पुढे, खुद्द 'सलून'मध्ये जायला मला आईची मनाई होती. म्हणून मी दाराशीच थांबलो. शेननं 'बार'शी जाऊन विल ॲटकेला अत्यंत गंभीर मुद्रेनं सांगितलं की, "आज काही आपण सोडा पॉप घेऊ असं वाटत नाही.'' तिथं बसलेले सारेजण आमच्या आसपासच्या टापूंतलेच होते, म्हणून माझ्या निदान पाहण्यातले तरी होतेच. शेनच्या अगदी जवळ होते ते त्याच्याकडे प्रश्नार्थक पाहत आता लांब सरकले.

शेननं 'ऑर्डर' दिली, आलेलं मद्य हाती घेतलं आणि 'बार'वर एक हात रोवून तो उभा राहिला. कुणी वाटेला जाणार असलं तरी किंवा कुणी स्नेह जोडायला येणार असलं तरी, कशालाही त्याची तयारी होती, असाच त्याचा एकूण नूर होता.

मी सर्वभर टकामका पाहत होतो. एकेकाची नावं आठवण्याचा प्रयत्न करीत होतो. हे करताना माझ्या लक्षात आलं की, एक दरवाजा

किलकिला करून रेड मार्लिन आत पाहतो आहे. शेननंही ते पाहिलं; पण रेड मार्लिन मागून बाहेर आणखीही माणसं आली आहेत हे त्याला दिसू शकलं नाही; ती सारी इमारतीच्या भिंतीलगत दुकानाच्या बाजूला दबून उभी होती. माझ्यालगतच्या खिडकीवाटे मला मात्र त्यांचा सुगावा लागला. त्यानं मी इतका घाबरलो की, मला जागचं हलणं जमेना. अवसानच गळालं – घाम फुटला.

पण काहीतरी करायला हवंच होतं. आईनं घालून दिलेला नियम मोडणं भाग होतं. मी धीर करून 'सलून'मध्ये धावलो, शेनला गाठलं आणि ओरडलो, ''शेनकाका! बाहेर पुष्कळजण आले आहेत!''

पण आता उशीर झाला होता. रेड मार्लिन आत आला. उरलेले पाठोपाठ घुसून दुकानाच्या वाटेकडे गर्दीनं सरकले. त्यात मॉर्गन दिसला. त्याचा एकट्याच धिप्पाड देह वाट अडवून उभा राहिला. त्याच्या मागोमाग कुरळ्या केसांचा 'काऊबॉय' कर्ली होता. हा तसा सुस्त आणि ढिला वाटला तरी मोठा ताकदवान गडी होता आणि कित्येक वर्षं त्यानं क्रिसबरोबर काढली होती. त्या दोघांमागोमाग आणखी दोघं होते; यांची मात्र ओळख मला पटली नाही. हे नवेच दिसले.

अजूनही ग्रॅफ्टनच्या ऑफिसच्या बाजूचं दार तसं मोकळं होतं. मी शेनची बाही खेचून त्याला हे सांगण्याचा प्रयत्न केला; पण एकाच हिसक्यानं मला त्यानं गप्प केलं. त्याचा चेहरा अगदी निर्विकार होता आणि डोळ्यांत चमक होती. कसा कोण जाणे, पण तो मजेत दिसला. म्हणजे एरवी केव्हातरी दिसे तसा नव्हे, अगदी वेगळ्याच प्रकारचा एक आनंद त्याच्या नजरेत दिसला. आता जास्त वाट पाहायला नको, जे काही घडणार ते समोरच आलंय, दिसतंय आणि त्यासाठी तयारीही आहे अशा प्रकारचा तो आनंद होता. त्यानं माझ्या डोक्यावर हळुवारपणे एक हात ठेवला. तो म्हणाला, ''बिट्ट्या, लेका, मी पळून जावं म्हणतोस?''

त्याच्याविषयीची सारी भक्ती, सारं प्रेम, सारा अभिमान माझ्या उरात उसळून उठला. त्याच्या शेजारी तिथं तसा मी उभा असल्याच्या जाणिवेनं ऊर भरलं आणि डोळे डबडबले. त्याचं म्हणणं मला कळलं, पटलं. त्याबद्दल शंकाच उरली नाही आणि तो म्हणेल ते करण्याची माझी तयारी झाली. तो म्हणाला, ''इथून आधी निघून जा तू. बिट्टू,

इथं फार काहीतरी होणार आहे.''

मी त्या पावली निघालो; पण दुकानाच्या आतल्या भागापर्यंतच मी गेलो. इथून 'सलून'चा बहुतेक भाग दिसत होता. जे घडत होतं त्यानं मी इतका गोंधळलेलो होतो की, बाबांना हाक मारणंदेखील मला कसं ते सुचलं नाही.

शेनच्या दिशेनं निम्मी वाट धिप्पाड मॉर्गननं तोडली आणि तिथंच तो उभा राहिला. उपच्या माणसाची भित्री लगबग आणि चोरटी धावपळ सोडली तर कुठे कसला आवाज उमटत नव्हता. किंचित्काळातच 'सलून'चा मध्यभाग पार रिता झाला. लांब पलीकडच्या भिंतीला चिकटून माणसं आता शेन आणि मॉर्गनकडे विस्फारल्या नजरांनी पाहत होती. शेनला किंवा मॉर्गनला त्याची दखलही नव्हती. ते फक्त एकमेकांना जोखत होते. काहीतरी गडबड होणार हे हेरून दुकानातून येऊन लगबगीने बारमागे गेलेल्या मि. ग्रॅफ्टनकडे दोघांनीही संपूर्ण दुर्लक्ष केलं. ग्रॅफ्टन 'बार'मागे गेले, त्यांनी आपलं पिस्तूल काढून समोर ठेवलं आणि ते करड्या सुरात म्हणाले, ''या जागी पिस्तुलं वापरण्यात येता कामा नयेत आणि होणारी नुकसानी ज्याची त्याला भरून द्यावी लागेल.''

आता मॉर्गन शेनकडे रोखून पाहतच त्याच्या आणखी जवळ सरकला, जेमतेम एका पावलाच्या अंतरावर जाऊन उभा राहिला आणि म्हणाला, ''माझ्या माणसांपैकी एकाला दुखापत करून कोणीही मोकळं सुटू शकणार नाही. शेन, आम्ही तुला या भागातून हाकलून देणार आहोत. त्यानंतर पुन्हा तू इथं दिसता कामा नयेस.''

शेन हळूहळू म्हणाला, ''एकूण तुम्हीच सगळं ठरवून टाकलंय.'' हे बोलतानाही तो हसत होता. इतक्या तडकाफडकी त्यानं पुढली कृती केली की, कुणीही ती पाहून जागच्या जागी चक्करलं असतं. 'बार'वरून त्यानं मद्याचा ग्लास उचलला आणि तो मॉर्गनवर भिरकावला. मॉर्गनचे हात त्याला धरण्यासाठी पुढं येताच त्यानं ते पकडले आणि मागे झोक टाकला. आपल्याबरोबर मॉर्गनला ओढलं. त्याचं अंग भुईवर लोळलं आणि पाय मॉर्गनच्या पोटात रुतले. पायांच्या तडाख्यानं मॉर्गन उडाला तो टेबल-खुर्च्यांच्या पसाऱ्यात जाऊन धाडदिशी आदळला.

हे पाहताच बाकीचे चौघे झुंडीनं शेनवर धावले. ते येताहेत असं

पाहून शेन नजीकच्या टेबलामागे सरकला आणि ते उचलून त्यानं जीव खाऊन त्यांच्यावर भिरकावलं. पाठोपाठ तोही पुढं झाला आणि प्रथम सापडला त्या अपरिचित चेहऱ्याच्या माणसावरच त्यानं रोख वळवला. त्याच्या खूप जवळ सरकण्यासाठी त्याचे सारे ठोसे तो सरळ अंगावर घेत होता आणि मग त्याचा गुडघा वर होऊन त्या माणसावर वर्मी आदळला. तो माणूस केवढ्यांदा तरी ओरडून भुईवर गडगडला, स्वतःला कसाबसा गोळा करून दरवाजाकडे फरफटत गेला.

एव्हाना मॉर्गन पायांवर उभा राहिला होता. चेहऱ्यावरून पुनःपुन्हा हात फिरवून भोवतालचं सारं नीट पाहण्याचा प्रयत्न करीत होता. उरलेले तिघे शेनच्या अंगावर धावले. शेनला घेऱ्यात धरून चोपण्याचा त्यांचा डाव होता. ठोशांवर ठोसे लगावीत ते चालून आले. कुणाला खरं वाटलं नसतं; पण शेनवर त्यांच्या ठोशांचा तिळमात्र परिणाम होत नव्हता. ठोसे उगारले जात होते, शेनच्या अंगावर आदळत होते, त्यांचे आवाजदेखील ऐकू येत होते; पण त्यामुळे शेनचा चेव कमी होण्याऐवजी उलट वाढतच होता. वेगानं, चापल्यानं, विलक्षण हिरिरीनं तो तिघांना तोंड देत होता. त्याने नंतर दुसऱ्या नव्या माणसाला उचलले आणि तो त्याच्यावर वेगाने चाल करून गेला.

आता कर्लीनं शेनवर धडक घेतली. शेननं एक खांदा पकडला, कर्लीच्या हनुवटीखाली नेमका वर रेटला. दणक्यांनं कर्ली मागे ढकलला गेला. आता ते सारे शेनशी फार सावधपणे लढत होते, त्याच्या फार जवळ जायला धजावत नव्हते. मग एका बाजूनं रेड मार्लिन शेनवर धावून आला. त्या बाजूला शेन वळेल असं त्याचं गणित होतं. ते हेरून की काय, दुसऱ्या एकानं उंच उडी मारून शेनच्या मस्तकावर लाथेचा तडाखा लगावला. शेनला संपूर्णपणे बाजूला होणं शक्यच नव्हतं, हे हेरून त्यानं मस्तक झुकवलं आणि लाथ कानशिलावर घेतली. दोन्ही हातांनी आता त्यानं ती लाथ तशीच घट्ट पकडली आणि ती मारणारा खाली आला, तो जमिनीवर उताणा आदळला. शेननं त्याचा पाय पिरगाळला. सारी ताकद एकवटून पिरगाळला. बोंब ठोकत तो इसम लुळापांगळा, निरुपयोगी झालेला पाय ओढीत बाजूला फरफटत गेला. त्याची खुमखुमी उतरली होती.

परंतु हे करताना शेनची पाठ कर्लीकडे झाली होती आणि अगडबंब

कर्लीं आता तिच्या दिशेनं चालून आला. कर्लींनं मागून दोन्ही बाहूंची भक्कम कैची शेनला घातली; शेनचे दोन्ही हात त्यात बंदिस्त झाले. ताबडतोब कर्लींच्या मदतीला रेड मार्लिन धावून आला. दोघांनी मिळून शेनला घट्ट दाबून धरला.

''चांगला धरून ठेवा त्याला!' आता पुढं येत मॉर्गन गरजला.

अजूनही शेन सुटू शकत होता. त्यानं कर्लींच्या पावलावर आपला नालाच्या बुटाचा पाय आता जोरकसपणे रोवला. कर्लींनं तो पाय मागे खेचताच शेननं आपलं सारं शरीर अर्धवर्तुळाकृती केलं आणि त्याला बसलेली चार हातांची पकड पाहता पाहता ढिली पडली, सुटली. मॉर्गननंही हे पाहिलं. त्यानं घाईघाईनं 'बार'वरची एक बाटली उचलून दात-ओठ खाऊन ती शेनच्या मस्तकाच्या मागे हाणली.

शेनभोवती दोघांची कैची नसती तर शेन तेव्हाच भुईसपाट झाला असता. मॉर्गन आता त्याला सामोरा होऊन त्याच्याकडे पाहत होता. शेनचं लोंबू लागलेलं मस्तक पाहता पाहता वर झालं.

''धरा – धरून ठेवा!'' मॉर्गन पुन्हा ओरडला. त्यानं स्वतः एक भक्कम ठोसा शेनच्या चेहऱ्यावर हाणला. शेननं त्याला बगल मारण्याची धडपड केली. त्याच्या चेहऱ्याच्या हाडांचा भाग यात बचावला आणि गालफड सोलून निघालं. मॉर्गनच्या मुठीपैकी एका बोटावरची अंगठी शेनच्या मांसात खोलवर रुतली आणि रक्त फुटलं. आणखी एक ठोसा लगावण्याकरता मॉर्गननं मूठ मागे घेतली; पण त्याचा तो ठोसा तसाच राहिला.

त्या माणसांवरून त्या स्थितीत माझं लक्ष हलणं अगदी अशक्य होतं; पण माझ्या मागेच एक अस्फुट आरोळी उमटली आणि मी तिकडे पाहण्यासाठी वळलो.

दारात बाबा आले होते.

त्यांच्या मोठाड देहावर एक विक्राळ कळा आली होती. उभ्या-आडव्या पसरलेल्या टेबल-खुर्च्यांच्या पसाऱ्यापलीकडल्या शेनकडे, त्याच्या तोंडावरून वाहाणाऱ्या लालभडक रक्ताकडे ते पाहत होते. बाबांना मी या अवस्थेत पूर्वी केव्हाही पाहिलं नव्हतं. ते रागाच्याही पलीकडे पोहोचले होते. एका वेडसर बेहोषीनं आपादमस्तक ते थरकापत होते.

अनपेक्षित चपळाईनं त्यांनी ते आले हे मॉर्गनच्या लोकांना कळण्याच्या आत त्यांच्यावर झडप घातली. मॉर्गनला त्यांनी एवढी प्रचंड धडक मारली की, तो राक्षसी इसम हेलपाटत तीनताड मागे फेकला गेला. आपला एक अजानुबाहू लांबवून त्यांनी आता कर्लीचं बखोट पकडलं. त्यांची बळकट बोटं कर्लीच्या मांसात खोल खोल रुतली. त्यांनी दुसऱ्या हातानं कर्लीची कॉलर खेचली आणि त्याला शेनपासून अलग केला. त्याला सरळ वर उचलला. डोक्याच्या वर धरला आणि खाली फेकून दिला. कर्ली हवेत एक पलटी खाऊन भिंतीलगतच्या एका टेबलावर जाऊन दणकला. टेबल मोडलं आणि टेबलासह कर्ली भिंतीवर आदळला. त्यानं जमिनीवर हात रोवून उठण्याचा प्रयत्न केला; पण तो जमला नाही. कर्ली पालथा पडला आणि थंडगार झाला.

बाबांनी कर्लीला बाजूला ओढताच शेननं आपली स्वतंत्र चढाई सुरू केली असावी. कारण आता आणखी एक आवाज झाला. रेड मार्लिन यातनेनं पिळवटलेल्या चेहऱ्यानं 'बार'वर जाऊन आपटला. दोन्ही हातांनी 'बार' पकडून त्यानं स्वतःला कसंबसं उभं ठेवलं. सरळ होताच पाय कमरेला लावून तो थेट दाराकडे धावला, दारावाटे बाहेर नाहीसा झाला. मध्ये थांबला नाही. आता मी घाईनं शेनकडे नजर वळवली. कारण मो मोठमोठ्यांदा हसत होता.

तो उभा होता. अगदी ताठ आणि छाती काढून. चेहऱ्यावर लालभडक रक्ताचा शिडकावा गुलालासारखा शोभत होता आणि तो हसत होता.

त्या हसण्यात कर्कशपणा नव्हता. उन्मत्तपणा नव्हता. झिंग नव्हती. ते हसणं रेड मार्लिनला उद्देशून नव्हतं, मॉर्गनला नव्हतं. त्या निर्मळ हसण्याचा अर्थ इतकाच होता की, ''अरे! मी जिवंत आहे! मी जिवंत आहे!'' त्याच्या गात्रागात्रांतली ताकद, बाबांच्या ताकदीहून वेगळी ताकद, हे एकच गाणं गात होती, मी जिवंत आहे!...

मागच्या कोपऱ्यात मॉर्गन हे पाहत उभा होता. त्याची मुद्रा झाकोळली होती, अनिश्चित होती. कर्लीला उचलून भिरकावण्याच्या भीमप्रयत्नानं बाबांचा त्वेष आता बराच तृप्त झाला होता. रेड मार्लिन बाहेर पळाला ते त्यांनी बघितलं आणि ते मॉर्गनकडे निघाले. शेनच्या शब्दांनी त्यांना रोखलं.

''थांबा! माझी शिकार आहे ती!''

शेन बाबांच्या बाजूला येऊन उभा राहिला. बाबांच्या खांद्यावर त्यानं एक हात रोवला. ''त्यांना बाहेर घेऊन जा जरा.'' त्यानं माझ्या दिशेला निर्देश केला. मी मागे पाहिलं तो आईही हे सारं पाहत माझ्या मागेच उभी होती. बाबांमागोमागच ती तिथं आली असावी आणि तेव्हापासून तिथंच होती. तिचे ओठ विलगले होते, डोळ्यांत तेज विलसत होतं. कुणा एका माणसाकडे नव्हे, वस्तूकडे नव्हे, तर साऱ्या 'सलून'कडे ती तशी पाहत होती.

बाबा शेनला म्हणाले, ''मॉर्गन खरं म्हणजे माझ्याच साइझचा आहे.'' तुल्यबळ मॉर्गनची स्वतःच्या हातानी वाट लावण्यासाठी ते नुसते आसुसले होते; पण आता ते भिंतीलगतच्या एकेकाकडे पाहत गुरगुरले, ''खबरदार, यानंतर कुणी शेनच्या मार्गात येईल तर! माझ्या हातून त्याला ताबडतोब धडा मिळेल.'' त्यांच्या आवाजात बेफाम त्वेष नव्हता, केवळ जरब होती. मग ते आमच्याकडे आले आणि आईला म्हणाले, ''तुम्ही जरा बाहेर छकड्याजवळ जाऊन उभे राहा. मॉर्गनची घटका भरलीय आज! तुझ्यासारखीला पाहवणार नाही.''

शेनवरची नजर यत्किंचितही न ढळवता, मान हलवीत आई उद्‌गारली, ''नाही. शेन आमच्यातला आहे. घडेल ते सारं काही मी बघणार आहे. माझी काळजी करू नका.''

शेन मॉर्गनकडे गेला. एखाद्या हरणाच्या, नृत्यांगनेच्या डौलदार, देखण्या चालीनं गेला. त्याला आता आमची, इतर बघ्यांची किंवा भुईवरच्या निश्चेष्ट माणसांची, कुणाचीच जाणीव नव्हती. 'बार'मागून हे सर्व पाहाणारा विल ऑटकेही या वेळी त्याच्या खिजगणतीत नव्हता. समोरच्या अवाढव्य मॉर्गनवर त्याचं सारं सारं अस्तित्व त्या क्षणी एकवटलं होतं.

मॉर्गन त्याच्याहून उंच होता, दीडपट रुंद होता आणि आमच्या भागात त्याच्या ताकदीचा मोठा नावलौकिक कित्येक वर्ष होऊन राहिलेला होता; पण त्याला ही लढत नको होती असं दिसलं. तरीही वाट पाहण्यात, वेळ काढण्यात अर्थ नाही हे त्यानं हेरलं आणि आपल्या निव्वळ वजनानं सडपातळ शेनला हतप्रभ करण्यासाठी तो त्याच्यावर उभा-आडवा धावून गेला. शेन चपळाईनं बाजूला झाला आणि मॉर्गन पलीकडे जाऊ लागताच त्याच्या अंगावर त्यानं एक ठोसा ठेवून

दिला. पाठोपाठ त्याच्या कानशिलावर एक हाणला. हे दोन्ही ठोसे इतक्या वेगानं बसले की, ते वेगवेगळे दिसलेच नाहीत. मात्र, प्रत्येक ठोशागणिक, पुढं जाणारा मॉर्गन जागच्या जागी खिळला. डळमळला. आता त्यानं रोख फिरवला. त्यानं वारंवार शेनवर धडका घेतल्या; पण दरवेळी शेन त्याला बगल देई आणि पाठोपाठ त्याच्या मर्मस्थानांवर ठोशांचा अचूक वर्षाव करी.

सरळसरळ लढतीचा इथं उपयोग नाही, वरचढ ताकदीला अर्थ नाही हे उमजून मॉर्गन आता थांबला. तो आता दोन्ही बाहू आडवे धरून शेनवर धावला. शेनला मगरमिठी घालून तो त्याला खाली लोळवणार होता. शेनही यासाठी सज्ज होता. त्यानं त्याला येऊ दिला. एकदा हॉवेल्सनं मागे आमच्या घरी वर्णन केलं होतं, तसाच त्यानं आपला उघडा उजवा पंजा समोर धरला आणि मॉर्गनचं थोबाड त्यावर आदळताच मोठ्या ताकदीनं त्यानं त्याचं मस्तक मागे रेटलं.

मॉर्गनची मुद्रा पाहता पाहता लालभडक झाली. त्वेषाने आंधळ्या झालेल्या श्वापदासारखा एक चीत्कार त्यानं केला आणि एक खुर्ची उचलली. ती उलटी पुढं धरून तो शेनच्या अंगावर धावला. पुन्हा एकवार, शेननं बगल दिली; परंतु मॉर्गन ही अपेक्षा ठेवूनच असावा; तो तिथंच थांबला आणि उलटून शेनच्या बगलेवर त्यानं हातातली खुर्ची हाणली. खुर्चीचे तुकडे झाले आणि सहसा पायांवरचा ताबा न सोडणारा शेन एकाएकी डळमळला, भुईवर लोळला.

यानं चेव येऊन मॉर्गन त्याच्यावर गिधाडासारखा झेपावला आणि शेननं वेळीच उभारलेल्या दोन्ही पायांच्या, पायांतल्या काटेरी बुटांच्या राक्षसी दुशीनं हेलपाटत पार दुसऱ्या टोकाला 'बार'वर जाऊन आदळला.

शेननं चपळाईनं उठून आता मॉर्गनची उरलेली वाट लावण्याला सुरुवात केली. डाव्या हातानं त्यानं त्याचं मस्तक मागे रेटलं. उजव्या हातानं नरडं धरलं. मॉर्गनच्या मुद्रेवर आता एक तीव्र वेदना उमटली, वाढू लागली. त्याच्या डोळ्यांत सीमेचं भय साकळलं. आता आपला उजवा हात अंगचं बळ एकवटून एखाद्या अवजड दांडक्यासारखा वापरीत मॉर्गनचा कंठ, त्याच्या कानशिलाचा मागचा भाग शेननं चेचून काढला. मॉर्गनच्या तोंडातून एक अस्पष्ट, जर्जर उद्गार उमटला आणि डोळे पांढरे करून तो हळूहळू जमिनीवर उपडा कोलमडला.

मॉर्गन गेल्यानंतर ती मोठी बाररूम पुन्हा एकदा शांत झाली. विल आर्कीचा बार लेव्हलमधून येणारा आवाज मोठा आणि स्पष्ट होता. विलची हालचाल नंतर थांबली. तो काहीसा संकोचित आणि लज्जित होऊन गेला होता.

शेनने ना त्याच्याकडे पाहिले, ना त्याच्याकडे रोखून पाहणाऱ्या अन्य कुणाकडे. त्याने फक्त आमच्याकडे पाहिले, माझे बाबा, आई आणि मी. बास. आम्हाला तिथे पाहून कदाचित त्याला वाईट वाटले असावे.

त्याने एक खोल श्वास घेतला. त्याचा ऊर भरून आला. तो तसाच राहू दिला. रोखून धरला आणि नंतर उदासपणाने सोडून दिला. तो अतिशय शांत आणि स्तब्ध होता, हे पाहून त्याचे खरोखर त्या क्षणी कौतुकही वाटले. तो किती हिंसक आणि आक्रमक झाला होता, हे तुम्ही पाहिले असेल. हा माणूस कधीही न थकणारा आणि कोणालाही मात न जाणारा असा होता. आता तो अजूनही स्तब्ध, स्थिर उभा होता आणि त्याच्या आत अजूनही आग धगधगत होती. या सगळ्या प्रकारामध्ये त्याला कठोर शिक्षाही भोगावी लागलेली होती.

त्याच्या शर्टची कॉलर काळपट आणि पूर्णतः भिजलेली होती. त्यावर रक्त पडलेले होते. त्याच्या गालावर जो वार झाला होता, त्यातून ते रक्त आले होते. त्याचबरोबर मॉर्गनने जेव्हा बाटली त्याच्या डोक्यात मारली होती, तेव्हा त्याच्या केसांतूनही रक्ताचे ओघळ वाहत आले होते. अभावितपणे त्याने त्याचा एक हात वर डोक्यावर नेला आणि चाचपून पाहिले, तर त्याचा हात चिकचिकीत आणि ओला झाल्याचे त्याला जाणवले. त्याने तो हात तसाच शर्टला पुसला. तो

थोडासा सावध झाला. जेव्हा तो आमच्या दिशेने येत होता, तेव्हा तो पाय खरडत पुढे येत होता आणि तो आता पुढे पडणारच होता.

गावातले एक मिस्टर वेअर त्याला सावरण्याच्या उद्देशानं भिंतीपासून घाईनं पुढं झाले; पण शेननं स्वतःच स्वतःला सावरलं. त्याला कुणाची मदत नको होती.

फक्त एकाच माणसाची मदत त्यानं घेतली असती; साऱ्या जगात एकाच माणसाचा मदतीचा हात त्यानं मागितला नसता; पण खचित स्वीकारला असता. बाबांचा हात. ते तर तिथंच होते. ते पुढं झाले. आपल्या भरीव बाहूंचा विळखा त्यांनी शेनच्या खांद्यांना घातला. शेन पुटपुटला, "ठीक आहे मी, जो... ठीक आहे..." एवढ्या हळुवार स्वरात हे शब्द उमटले की, तिथं असलेल्या इतर कुणाला ते नक्कीच ऐकू गेले नसतील. शेननं डोळे मिटले, बाबांच्या कवेत तो अंग अगदी सैल सोडून विसावला. त्याची मान कलती पडली, लोंबू लागली. दुसरा हात खाली त्याच्या गुडघ्यामागे घालून बाबांनी त्याला अच्चळ वर उचलून तोलून धरला. फार जागलो आणि पेंगू लागलो म्हणजे मला उचलीत तसा बाबांनी आता त्याला उचलला, ते ग्रॅफ्टनना म्हणाले, "सॅम, काय होईल तो हिशेब माझ्या खात्यावर मांडा."

ग्रॅफ्टन म्हणाले, "छट्! मी तो फ्लेचरकडून वसूल करणार आहे."

वियर यांच्या वागण्याने मी अधिकच आश्चर्यचकित झालो. तो अतिशय नेमकेपणाने बोलला आणि त्याला त्याविषयी सहवेदनाही जाणवत होती. "माझं ऐक, स्टारेट या गावाने अभिमान वाटावे असे काम केले आहे. हीच वेळ आहे जेव्हा आपण एकमेकांशी शेजाऱ्यांसारखे घरगुती वागायला हवं. हे सगळं मिटवायला हवं. रात्री जे काही घडलं आहे त्यामुळे मलाच खूप लाज वाटतेय. इथंच उभं राहून पाच जणांनी अचानक तुझ्या माणसावर हल्ला केला."

बाबांना समाधान वाटलं. पण त्यांना नक्की काय हवं आहे याची त्यांना पुरेपुर जाणीव होती. "हा तुझा चांगुलपणा झाला वेअर; पण ही तुझी लढाई नव्हती." असं म्हणत बाबांनी शेनकडे पाहिलं. त्यांना त्याचा अभिमान वाटला. "खरं सांगायचं तर मी यात पडण्यापूर्वीदेखील त्यानं चांगलाच तडाखा दिलेला होता." पुन्हा ग्रॅफ्टनकडे पाहत ते म्हणाले, "नाही सॅम, फ्लेचरनं यातली दिडकीही देता कामा नये.

सारी रक्कम मीच देणार! नव्हे, मी नव्हे, आम्ही देणार? मी आणि
शेन! काय समजलात?''

ते दरवाजाकडे गेले. एका कुशी वळून त्यांनी तो उघडला.
त्यांच्यामागून आई आणि मी बाहेर पडलो. बाबांनी शेनला छकड्यात
पुढच्या बाजूला ठेवलं. शेजारीच ते चढून बसले आणि एका हातानं
त्याला त्यांनी बसता धरला. हे सर्व आम्ही पाहत होतो. आईच्या
तोंडून या अवधीत अवाक्षरही निघालं नाही. आम्ही खरेदी केलेलं सारं
घेऊन विल ऑटके पाठोपाठ बाहेर आला. ते त्यानं छकड्यात लादलं.
आई आणि मी मागे चढून बसलो. आम्ही घरी निघालो.

वाटेत बराच वेळ कुणी काही बोललं नाही. सारेच गप्प गप्प होते
आणि मध्येच मागे हसण्याचा आवाज आला. आवाज शेनचा होता!
मोकळ्या हवेत त्याला नवी तरतरी आली होती. आता त्याचा तोच
बाबांचा आधार टाकून ताठ बसता झाला.

''त्या जाड्याचं काय केलंत तुम्ही जो?'' त्यानं बाबांना विचारलं,
''तेव्हा मी त्या लाल केसांच्या माकडाची वाट लावण्यात गुंतलो
होतो.''

''करणार काय! त्याला मार्गातून बाजूला केला. उगीच लुडबुड
करीत होता.'' बाबा त्याबद्दल जास्त काही बोलायला राजी नव्हते;
पण आई कुठे तेवढ्यावर संतुष्ट होती?

ती आवेशानं म्हणाली, ''एखाद्या पोत्यासारखा उचलला 'यां'नी
त्याला वर आणि असा दिला भिरकावून लांब–'' हे ती शेनला
म्हणाली नाही. बाबांनाही म्हणाली नाही. कुणालाच नाही, आई हे
रात्रीला म्हणाली; भोवतालच्या रेशमी अंधाराला म्हणाली. चांदण्या
आभाळाखाली तिचे डोळे चमचम चमकत होते.

आम्ही घरी पोहोचलो– ताबडतोब आईनं पाणी तापत ठेवलं.
बरीचशी स्वच्छ फडकी गोळा केली. पाणी तापल्यावर या फडक्यांनी
तिनं शेनचं रक्ताळलेलं तोंड स्वच्छ पुसून काढलं. हे करताना शेनपेक्षा
तिलाच अधिक वेदना होत होत्या असं दिसलं.

बाबा तिथे आले आणि स्टोव्हजवळ बसून ते त्यांच्याकडे पाहू
लागले. त्याने त्याचा पाईप बाहेर काढला आणि तो नीट भरून
पेटवला.

तिने हातातले काम संपवले. शेन तिला बँडेज करू देत नव्हता. "मोकळी हवा हेच सगळ्यात चांगलं औषध आहे." तो तिला म्हणत होता. तिने मात्र त्याच्या साऱ्या जखमा नीट स्वच्छ केल्या आणि वाहणारे रक्त थांबवले. आता बाबांची पाळी होती.

"जो आधी तो शर्ट काढा. तो मागून सगळा फाटलाय. त्याचं काय करता येतंय का पाहू दे मला." ते उठणार इतक्यात तिने विचार बदलला. "नाही. ते जसं आहे तसंच आपण राहू देऊ यात. आजच्या रात्रीची आठवण राहावी म्हणून. तुम्ही जबरदस्त लढलात जो. त्या माणसाला मेटाकुटीला आणलंत पार."

बाबा म्हणाले, "हट.. मी संतापलो होतो. मॉर्गनला हल्ला चढवता यावा म्हणून त्यांनी शेनला मागून धरलं होतं."

मग ती बाबांची सेवा करू लागली. ती म्हणाली, "खरंच, त्या माणसाला कसा लोळवलात आज तुम्ही–"

"तुम्हीही, शेन–" शेनला ती म्हणाली. "तुमच्यासुद्धा पराक्रमाची आज अगदी शर्थ झाली! मॉर्गन म्हणजे केवढा ताकदवान माणूस! आणि खून तरी कसला चढला होता त्याला! पण तुम्ही त्याला मुळी संधीच मिळू दिली नाहीत. केवढी चपळाई तुमची, केवढी ताकद; आणि–"

"बायकांनी असले प्रकार खरंतर पाहायलासुद्धा नको." शेन तिला मध्येच अडवत म्हणाला. ते त्याला खात्रीशीरपणे वाटतही होते; पण ती तरीही पुढे बोलतच होती.

"तुम्हाला वाटतंय की मी ते पाहायला नको कारण ते हिंसक आणि ओंगळवाणं होतं म्हणून. कोण जास्त भारी लढतंय हे पाहण्यासाठी तुम्ही लढत नव्हतात, तर काहीही करून त्या लढाईत जिंकायचं होतं. अर्थात तसंच आहे ते. पण सुरुवात काही तुम्ही केली नव्हती. तुम्हाला तर मारामारी करायचीही नव्हती. त्यांनी तुम्हाला प्रवृत्त केलं त्यासाठी. तुम्हाला ते स्वतःहून करायचं नव्हतं; पण करावं लागलं."

तिचा आवाज थरथरत होता आणि स्वतःवरचं नियंत्रण हरवल्यासारखी ती सारखी मागे पुढे पाहत होती. "एखाद्या तरी बाईकडे असे दोन पुरुष असू शकतील का?" ती त्यांच्याजवळून वळली आणि न पाहता खुर्चीकडे गेली आणि तिथे जाऊन बसली. ओंजळीत चेहरा लपवून ती

रडू लागली. तिने तिच्या अश्रूंना वाट मोकळी करून दिली.

त्या दोन्ही पुरुषांनी तिच्याकडे पाहिले आणि त्यानंतर त्यांनी एकमेकांकडे पाहिले. माझ्या समजुतीपलीकडचे ते सारे होते.

शेन उभा राहिला आणि आईच्या दिशेने गेला. त्याने आपला हात तिच्या डोक्यावर अलगद ठेवला. थोड्याच वेळात माझ्याही केसातून त्याचा हात फिरत होता. खूप माया होती त्या स्पर्शात. तो शांतपणे दरवाजातून बाहेर गेला आणि अंधारात हरवून गेला.

बाबांनी पुन्हा पाईप पेटवला. तेही उभे राहिले आणि दरवाजातून बाहेर गेले आणि व्हरांड्यात जाऊन थांबले. चमकदार नदीच्या पार्श्वभूमीवर त्यांची काळी आकृती मला तिथे दिसत राहिली.

हळूहळू आईने स्वतःला सावरले. तिने मान वर केली आणि स्वतःचे अश्रू पुसले.

"जो.."

ते वळले. पुन्हा दरवाजात येऊन थांबले. ती उभी राहिली. तिने तिचे हात त्यांच्या दिशेने पसरले आणि तेही तिच्या मिठीत स्थिरावले.

"मला समजत नाही, असं तुला वाटतंय का मरिअन ?"

"पण खरंच तुम्हाला ते नीट उमजलेलं नाही. आणि उमजणारही नाही; कारण अजून माझं मलाच नीट उमजलेलं नाही."

बाबा तिच्या डोक्यावरून पाहत होते. स्वयंपाकघराच्या भिंतीमुळे त्यांना तिथून काहीही दिसत नव्हते.

"स्वतःवर असा राग काढू नकोस, मरिअन. जे काही घडेल ते चांगलंच घडेल."

"ओ. जो.. जो.. मला जवळ घ्या. घट्ट धरा आणि कधीही तुमच्यापासून दूर जाऊ देऊ नका."

११

त्या रात्री आमच्या स्वयंपाकघरात घडलं ते माझ्या वयाच्या मुलाच्या अगदी अकलेपलीकडचं होतं; पण त्याचा फार विचार पुढं मी केला नाही; कारण सारं काही ठीक होईल असं आश्वासन बाबांनी दिलं होतं आणि बाबा एकदा म्हणाले म्हणजे तसं ते करीत, हे आम्हाला कुणी सांगायला नको होतं.

फ्लेचरची माणसं आता क्वचितच दृष्टीस पडत, केवळ आमच्या सडकेचाच नव्हे तर गावातलादेखील त्यांचा वावर घटला होता. शाळेत मी ऐकलं की, फ्लेचरही पुन्हा गावातून गेला होता. चेयेनला, कदाचित त्याहून लांब कुठंतरी तो गेला होता का, ते या खेपेला कुणालाच ठाऊक नव्हतं.

तरीही बाबा आणि शेन अत्यंत जागरूक राहून वागत, वावरत होते. इतकी जागरूकता त्यांनी पूर्वी केव्हाही ठेवल्याचं मला आठवत नव्हतं. आता ते सतत जोडीनं कुठं जात, येत. जोडीनंच वाडीवर दिसत. संध्याकाळच्या अंगणातल्या गप्पा बंदच झाल्या होत्या. आईनं आणि मी घराबाहेर पडणं जवळजवळ बंदच केलं होतं. चांगला प्रकाश असणारे दिवे भिंतीवर असावेत असा बाबांचा आग्रह होता. त्यांनी त्यांची बंदूक पॉलिश केली आणि भिंतीवर टांगून ठेवली. ती लोडेड अवस्थेत होती. स्वयंपाकघराच्या दरवाजापासून अवघ्या काही अंतरावर ती लटकवून ठेवलेली होती.

या साऱ्या खबरदारीत मला स्वतःला अर्थ वाटत नव्हता. म्हणून आठवडाभरानं, जेवतेवेळी मी विचारलं, "पुन्हा काही नव्यानं घडलं का हो शेनकाका? फ्लेचरचा त्रास तर आता संपल्यासारखाच आहे."

"संपल्यासारखा?" शेन माझ्याकडे पाहत म्हणाला, "बेटा बिट्टू,

आता कुठं तो सुरू झाला आहे!''

बाबा म्हणाले, ''बरोबर. फ्लेचर आता माघार घेण्यापलीकडे पोहोचला आहे. त्याच्या दृष्टीनं हा त्याच्या जीवन-मरणाचा, त्याच्या असण्या-नसण्याचा, त्याच्या साऱ्या इभ्रतीचाच लढा आहे. आम्ही इथून गेलो तर त्याचं इथलं बस्तान कायमचं बसल्यासारखं होईल आणि नाही गेलो, टिकून राहिलो तर आज ना उद्या त्यालाच इथून जावं लागणार हे अगदी निश्चित.''

''मग त्यानं काही केलं का नाही?'' मी विचारलं, ''इथं खूप उशिरापर्यंत शांतता असल्यासारखंच वाटत होतं.''

''तुला वाटलं?'' बाबा म्हणाले, ''माझ्या मते, तू इतका तरुण नक्कीच आहेस की या सगळ्या गोष्टी तू करू शकतोस. तू काळजी करू नकोस मुला. हे सगळं मिटवावं यासाठी फ्लेचर प्रयत्न करतो आहे. त्याच्या पायाखाली जे गवत वाढतंय त्यावर एकही गाय पोसली जाणार नाहीये. तो काय करणार आहे हे एकदा मला समजलं तरी माझ्या मनावरचा भार हलका होईल.''

''हे पाहा बिट्टू.'' मला आवडेल त्या पद्धतीनं शेन आता मला समजावीत होता; एखाद्या मोठ्या बाप्याला समजावावं तसा, बरोबरीच्या नात्यानं,'' फ्लेचरनं या प्रकरणाचा एवढा गाजावाजा केलाय, यात एवढा धिंगाणा घातलाय की, आता त्याला हा फड जिंकणंच भाग आहे. त्याला दुसरा मार्ग नाही. कदाचित त्याला याची समज नसेलही; पण मला वाटतं, ती असावी. म्हणून दिसतंय त्यानं फसू नकोस. काय? सामसूम दिसू लागली म्हणजेच फार खबरदारीनं राहायचं असतं.''

आई शेनच्या चेहऱ्यावरची, आता भरून येत चाललेली जखम न्याहाळत होती. ती म्हणाली, ''तुम्ही दोघं म्हणता ते खरंच आहे; पण यानंतर आणखी लढाई, हाणामारी व्हायलाच हवी का?''

बाबांनी विचारलं, ''त्या दिवशीसारखी? नाही, मरिअन. मला नाही वाटत. फ्लेचर आता अक्कल शिकला आहे.''

शेन म्हणाला, ''तो अक्कल शिकलाय म्हणजे त्याला हे कळलंय की, असल्या दंग्याचा, मवालीगिरीचा उपयोग नाही; पण मला वाटतो तसाच हा फ्लेचर असेल तर त्याला मुळी हे आरंभापासूनच माहीत

आहे. त्या रात्री घडलं ते त्यांं घडवलं असं मी तरी मानायला तयार नाही. ते मॉर्गनच्या डोक्यातून निघालं असलं पाहिजे. फ्लेचर आता एखादा वेगळा मार्ग शोधत असावा; पण त्यांं काहीही ठरवलं तरी, एकदा ठरवलं की, मग तो वेळ लावणार नाही आणि कचरणारही नाही.''

''हम..'' काहीशा आश्चर्याने बाबा म्हणाले, ''कायदेशीर डावपेच आहे तर..''

''शक्यता आहे. जर त्याला काही सापडलं तर.. आणि सापडलं नाही तर...'' शेन असे म्हणाला आणि खिडकीतून बाहेर पाहू लागला. ''इतरही अनेक मार्ग असू शकतात. फ्लेचरसारख्या माणसाला गृहीत धरता येणार नाही. तो कितपत दूर जाऊ शकतो यावर सारं अवलंबून आहे. पण जेव्हा तो पूर्ण तयार असेल, तेव्हाच काहीतरी करेल. तेव्हा तो वेगानं आणि खात्रीशीररीत्या पावलं नक्की उचलेल.''

''हम्'' बाबा पुन्हा म्हणाले. ''आता तू म्हणतोयस तसं ते योग्यच आहे. ही फ्लेचरची पद्धत आहे. पण मी शपथेवर सांगू शकतो की, तुझा या पूर्वी अशा माणसाशी सामना झालाय.'' तेव्हा शेनने उत्तर दिले नाही. तो नुसताच खिडकीतून बाहेर पाहत राहिला. तेव्हा ते पुढे म्हणाले, ''या बाबतीत तू जितका संयमी आहेस, तितका मी असायला हवा होतो. मला अशी वाट पाहत राहायला आवडत नाही.''

आम्हाला मग फार दिवस वाट पाहावीही लागली नाही. दुसऱ्याच दिवशी शुक्रवार होता तो – आम्ही जेवून उठत होतो तोच लु जॉन्सननं आणि हेन्री शिपस्टेडनं वार्ता आणली. फ्लेचर परत आला होता आणि या खेपेला त्यांं दुसरा एक माणूस बरोबर आणला होता.

लु जॉन्सननं त्याला पाहिलं होतं. तो उंचपुरा होता. त्याचे खांदेही रुंद होते. कमरेत मात्र तो बारीकसा होता. त्याचे स्नायू पिळदार होते. त्याचे डोळे.. जेव्हा जॉन्सनने पाहिले तेव्हा खिडकीतला प्रकाश त्या डोळ्यांतून परावर्तित होत होता. अतिशय थंडगार आणि चमकदार डोळे होते. ते पाहून जॉन्सन अस्वस्थ झाला.

हा अनोळखी माणूस त्याच्या कपड्यांच्या बाबतीत फारच भारी दिसत होता. अर्थात त्यातून काही अर्थबोध होत नव्हता. तो वळला तेव्हा दिसले की त्याने घातलेला कोट हा त्याच्या पँटच्या रंगाशी

जुळणारा होता. त्याने काय लपवले आहे, हे तेव्हा जॉन्सनला दिसले. त्याच्यापाशी दोन पिस्तुलं होती. कोणत्याही क्षणासाठी सुसज्ज असल्यासारखी ती त्याच्या कमरेला पुढेच लटकवलेली होती. त्या माणसाचं नाव होतं विल्सन. फ्लेचर त्याला हाक मारी, स्टार्क-स्टार्क विल्सन; पण त्या दोघांनी आणली ती वार्ता तेवढीच नव्हती.

जास्त बातमी काढण्यासाठी ग्रॅफ्टनच्या 'सलून'मधल्या विल ॲटकेला लु जॉन्सननं गाठलं होतं. विल ॲटकेला असल्या बित्तंबातम्या नेमक्या असत. 'बार'मध्ये येत्या-जात्या माणसांकडून त्याच्या ज्ञानकोशात नित्य नवनवी भर पडे. गावात येणाऱ्या नवागताचं नाव ऐकताच विलनं चकित मुद्रा केली. तो पुटपुटत राहिला, ''हा इथं कशासाठी आला आहे?... याला का आणलाय इथं?...'' मग विल म्हणाला की, हा विल्सन मोठा खुनी माणूस आहे. पट्टीचा दुष्ट माणूस आहे. दोन्ही हातांनी अचूक नेमबाजी करण्याबद्दल तो प्रसिद्ध आहे. कॅन्सासहून तो चेयेनमध्ये येऊन राहिला होता. तो तीन माणसांचे खून करून आला होता, असं ऐकिवात होतं. त्याही आधी इतरत्र त्यानं आणखी किती खून केले होते ते एक त्याचं त्यालाच माहीत होतं.

लु जॉन्सन सांगत होता. जसं आठवत होतं तसं एकेक त्यात मिळवीत होता आणि एकदम शेननं जॉन्सनला मध्येच अडवलं. गप्प केलं. शेनचा आवाज खणखणीत आणि तीव्र होता. त्याच्या एका शब्दानंच त्यानं साऱ्या संभाषणाचा ताबा आपल्याकडे घेतला असं भासलं.

त्यानं विचारलं, ''तो गावात कधी आला?''

''काल रात्री.''

''आणि तुम्ही आता येऊन सांगता आहा! आहात खरे शेतकरी पाव्हणे, जॉन्सन! बस! एवढाच तुमचा वकूब!'' मग बाबांकडे वळून तो म्हणाला, ''जो, एकेक क्षण मोलाचा आहे. आपल्यात जास्तीतजास्त गरम डोक्याचा माणूस कोण आहे? तोरे आहे. होय ना? की राइट?''

बाबा संथपणे म्हणाले, ''मला वाटतं, अर्नी राइट हाच त्यातल्या त्यात...''

''जॉन्सन, लागलीच दौड मारून राइटला गाठा. त्याला असेल तसा इकडे घेऊन या. तोरेलाही आणा; पण राइटला प्रथम आणा.''

''त्यासाठी गावात जायला हवं.'' हेन्री शिपस्टेड म्हणाला, ''ते दोघंही तिकडे जाताना आम्हाला वाटेत भेटले.''

शेन ताड्दिशी उठून उभा राहिला. लु जॉन्सन दाराकडे निघाला होता त्याच्या पुढे तो धावला आणि मध्येच थांबून स्तब्ध झाला. चाहूल घेऊ लागला.

''अरे देवा..'' हेन्री शिपस्टेड तक्रारीच्या सुरात म्हणाला, ''इतकी घाई कशाची आहे? आम्ही त्याला विल्सनविषयी सांगितलं आहे. त्यांच्या परतीच्या वाटेवर ते पुन्हा इथे येऊन थांबतील.'' त्याचा आवाज गोठल्यासारखा झाला होता. आम्ही सारे तो ऐकू शकत होतो. घोड्याच्या टापांचा आवाज रस्त्यावर स्पष्टपणे येत राहिला.

आम्ही सारेच चाहूल घेऊ लागलो. सडकेनं एक स्वार बेफाम वेगानं दौडत येत होता.

शेन वळून म्हणाला, ''हे आलं तुमच्या मनातल्या प्रश्नाचं उत्तर.'' जवळची खुर्ची त्यानं भिंतीकडे केली आणि तो त्यात बसला. तो स्वतःशीच विचार करू लागला. त्याचे विचार सुखद नव्हते. कसले ना कसले गडद रंग त्यात होते.

अवचित फ्रॅंक तोरे दारात येऊन उभा राहिला. त्याची हॅट त्याच्या डोक्यावर नव्हती, केस विस्कटून गेले होते. तो स्वतःच घोड्याऐवजी उरी फुटत धावत आल्यासारखा धापा टाकीत होता. दरवाजाच्या कडांवर दोन्ही हात रोवून त्यानं स्वतःला कसंबसं सावरलं आणि बाबांना उद्देशून तो ओरडला, ''अर्नी ठार झाला! त्याला त्यांनी मारला!''

त्या शब्दांनी आम्ही सारेच तट्दिशी उठून उभे राहिलो. एकटा शेन काय तो बसून राहिला. तो जागचा हललादेखील नाही. तोरे काय सांगतो यात त्याला काडीमात्र रस नसावा, असंच त्याच्याकडे पाहून वाटलं असतं.

बाबांनी प्रथम प्रसंगावधान राखलं. ते तोरेला गंभीरपणे म्हणाले, ''आधी आत ये पाहू.'' मग ते संथपणे म्हणाले, ''अर्नी आता आपण मदत करण्यापलीकडे गेला आहे असं दिसतं; तेव्हा घाई नको. बैस आणि काही एक न गाळता, न चुकवता घडलं तसं सर्व सांग.''

सारं सांगायला सुरुवात करताना तोरेला बरेच प्रयास पडले. पुढेदेखील

मुद्देसूदपणे बोलणं त्याला तितकंसं जमत नव्हतं.

त्याच्या म्हणण्याप्रमाणे तो आणि अर्नी राइट असे दोघे ग्रॅफ्टनच्या 'बार'मध्ये दारू प्यायला गेले होते. अलीकडेच घडलेल्या तिथल्या सनसनाटी प्रसंगामुळे आणि नंतरच्या एकूण सामसुमीमुळे लागलीच काही घडेल अशी कल्पनाही त्यांच्या मनी नव्हती. 'बार'मध्ये एका टेबलाशी फ्लेचर आणि तो नवा इसम – स्टार्क विल्सन बसलेले पाहूनही त्यांना ती आली नाही; पण फ्लेचर आणि विल्सन मात्र अशा संधीचीच वाट पाहत असावेत. ते उठून 'बार'कडे आले.

फ्लेचरनं अगदी दिलखुलास स्वरात तोरेला 'हॅलो' केलं आणि अर्नीशी संभाषण काढलं. आपल्याला यात मुळीच आनंद वाटत नाही; पण काय करणार? अर्नीची जमीन आपल्याला हवीच आहे असं तो म्हणाला. तो लवकरच आणणार होता ती नवी गुरं ठेवायला तीच योग्य जागा म्हणून त्यानं हेरून ठेवली होती असं तो म्हणाला. अद्याप ती अर्नीच्या मालकीची झाली नव्हती, असंही त्यानं बोलून दाखवलं आणि तरी आपण त्या जमिनीला बऱ्यापैकी किंमत द्यायला तयार आहोत असं त्यानं अर्नीला सांगितलं.

तो म्हणाला, "मी तुला तीनशे डॉलर्स देतो – आहे तयारी? तुझ्या त्या घरापेक्षा माझ्या दृष्टीनं ही किंमत भारी आहे."

अर्नीचे स्वतःचे तीनशेहून कितीतरी अधिक डॉलर्स त्या जमिनीत केव्हाच गुंतलेले होते. त्याआधी तीन-चारदा या बाबतीत त्यानं फ्लेचरला नकारही दिला होता. फ्लेचरनं हा विषय काढताच, नेहमी होई तसं त्याचं माथं गरम होऊ लागलं.

तो तुटकपणेच फ्लेचरला म्हणाला, "छट्. मला विकायची नाही वाडी. आताच नव्हे तर पुढेही केव्हा."

अर्नी असं बोलताच फ्लेचरनं स्टार्क विल्सनकडे एक दृष्टिक्षेप टाकला. हा विल्सन प्रारंभापासून किंचित हसत अर्नीकडे पाहत होता; पण त्याच्या नजरेत मात्र या हसण्याचा मागमूसही नव्हता. उलट खुनशीपणा होता, असं तोरे म्हणाला.

अर्नीला तो म्हणाला, "मी तुमच्या जागी असतो तर हो म्हटलं असतं. अर्थात, मला अक्कल आहे तशी तुम्हालाही थोडीशी आहे असं गृहीत धरून बोलतोय मी."

अर्नी गुरगुरला, ''तू बोलू नकोस. तुला या विषयात बोलण्याचं काही काम नाही.''

विल्सन मार्दवाच्याच स्वरात म्हणाला, ''तुला माहीत नाहीसं दिसतं. अलीकडे मीच मिस्टर फ्लेचर यांचा व्यवहार पाहतो. तुझ्यासारख्या मूर्खांशी चालणारा त्यांचा व्यवहार!'' आणि फ्लेचरनं पढवल्याप्रमाणे तो पुढं म्हणाला, ''महामूर्ख आहेस तू, राइट! पण तुझ्यासारख्या इंडियनाकडून दुसरी अपेक्षा तरी कसली करायची!''

अर्नी ओरडला, ''हे साफ चुकीचं आहे! कोण म्हणतो, मी इंडियन आहे?''

''मी म्हणतो,'' विल्सन म्हणाला, ''मी चुकीचं बोलतो असं तुझं म्हणणं आहे?''

''तू खोटं बोलतोस असं माझं म्हणणं आहे!''

त्या सलूनमध्ये अवघी शांतता भरून राहिली होती. फ्रॅंक, टॉरी यांनी आम्हाला सांगितलं, की बारच्या मागे असलेल्या शेल्फवर बसवलेल्या जुन्या घड्याळाची टिकटिकसुद्धा त्याला ऐकू येत होती. नंतर मात्र त्याने जे काही केले होते ते पाहून त्याचाही आवाज पूर्णतः थांबला. परंतु त्याला सुस्पष्ट कल्पना असल्यानं त्याने विल्सनकडे रोखून पाहिलं. त्याच्या डोळ्यांत कसलेही भाव दिसत नव्हते.

''अच्छाऽ...'' विल्सन हळुवारपणे पुटपुटला. उजव्या अंगाला त्याचा कोट त्यानं बाजूला केला आणि त्याच्या हाती पिस्तूल चमकलं.

''तुला हे सिद्ध करावं लागेल, राइट. नाहीतर नाक घासत इथून जावं लागेल.''

अर्नी 'बार'पासून पाऊलभर पुढे आला. त्याचे हात दोन्ही बाजूंना निश्चल होते. एकीकडे भयानं तो शतशः विदीर्ण होत होता आणि उरातला राग त्याला एकत्र आणि ताठ ठेवीत होता. काय घडतं आहे ते त्याला कळत होतं; पण त्यानं त्याला सरळसरळ तोंड देणं पत्करलं. त्याचा हात पिस्तुलावर पक्का बसलाय; तो पिस्तूल काढू लागला आणि विल्सननं गोळी झाडली. अर्नी जमिनीवर कोसळला. गतप्राण झाला.

फ्रॅंक तोरे हे सांगत असतानाच जिम लेविस आणि एड हॉवेल्स हे दोघं थोड्या थोड्या अंतरानं आत आले. काहीतरी भयंकर घडलं आहे

एवढा वास त्यांना, कसा कोण जाणे लागला होता आणि ते घाईगर्दीनं आले होते. सारेजण आता आमच्या स्वयंपाकघरात जमले होते आणि सारे, मी पूर्वी कधी झाल्याचं पाहिलं नव्हतं, एवढे बेचैन झाले होते.

मी आईला लगटून उभा होतो. तिचे हात माझ्याभोवती होते याचं मला फार बरं वाटत होतं. मी पाहिलं, तो ती शेनकडे टक लावून पाहत होती.

''असं आहे एकूण,'' बाबा उद्‌गारले. ''आपल्याला निर्णय घ्यावाच लागणार. फ्लेचर म्हणेल त्या किमतीला जमीन विकायची की गोळी झेलून मौत पत्करायची? विल्सननं तुला काही धमकावणी वगैरे दिली का फ्रॅंक?''

''त्यानं फक्त माझ्याकडे एकदा बारकाईनं पाहिलं,'' हे सांगतानाही तोरेच्या अंगावर भीतीची शिरशिरी आली. ''माझ्याकडे पाहत तो म्हणाला, ''राइटनं हट्ट सोडला नाही हे फार वाईट केलं, खरं की नाही!''

''मग काय झालं?''

''मग काय! मी तिथून घाईनं बाहेर पडलो आणि दौडतच इथं आलो.''

जिम लेविस आता जागचा उसळून उठला आणि ओरडला, ''पण जो, एखादा माणूस केवळ माणसं मारीत फार काळ फिरू शकणार नाही!''

हेनरी शिपस्टेड त्याला म्हणाला, ''जरा गप्प राहा, जिम! तुला यातला साधा डाव कळत नाही? अर्नींनं स्वतःचं पिस्तूल सरसावावं एवढाच मुद्दाम त्या दोघांनी त्याला तापवला आणि मग मारला! विल्सन आता असं म्हणू शकेल की आत्मसंरक्षणार्थ आपण पिस्तूल वापरलं! आपल्यापैकी प्रत्येकावर तो हाच धूर्त प्रयोग करील असं दिसतं.''

लु म्हणाला, ''जिम, तो म्हणतो ते खरं आहे. बोलाचाली दोन्ही बाजूंनी झाली. त्यातल्या त्यात जो चपळ होता त्यानं दुसऱ्याला ठार केलं, असंच लोक मानतील.''

''पण आपण हे थांबवलंच पाहिजे!'' लेविस आता जवळजवळ भाषणबाजीच करीत होता, ''एरवी विल्सनविरुद्ध आपला टिकाव लागण्याचा किती संभव आहे? आपण थोडेच बंदूकबाज आहोत?

आपण तर साधे शेतकरी.''

आता शेन जागचा उठला. त्याची मुद्रा विलक्षण करारी भासत होती. त्यानं बाबांकडे पाहिलं आणि त्याच्या नजरेत एक खोल वेदना उमटली. इतरांकडे वळून तो बोलला ते मात्र थंड, निर्विकार सुरात. तो म्हणाला, ''तुम्ही पाचहीजण हवं तर पुन्हा आपल्या बिळात जाऊन दडून बसा. अजून तुमच्यावर छाती पिटण्याची वेळ आलेली नाही. फ्लेचर तुमच्यासारख्यांशी आता खेळणार नाही. खेळ त्यानंच मांडला आहे आणि तो कसा खेळायचा हे त्याला पूर्णपणे ठाऊक आहे. त्यानं त्याचा हेतू सुरुवातीलाच स्पष्ट व्हावा म्हणून राइटची निवड केली. यानंतर तो मुद्द्याला भिडेल. या भागातला खरा मर्द, तुम्हा सर्वांना इथं एकत्र ठेवून जिवाच्या करारानं तुमच्यासाठी लढेल असा जो स्टारेट. त्यांच्यासाठी आता त्याचा मुकाबला निश्चित झाल्यासारखा आहे. फ्लेचर, विल्सन आणि तुम्ही यांच्या दरम्यान या घटकेला तो उभा आहे. या भागात तुम्हाला जो स्टारेटसारखा माणूस लाभला हे तुमचं नशीब समजा!''

''आणि शेनसारखा त्याचा पाठीराखा...'' हे शब्द माझ्याच मनात उमटले की आईनं पुटपुटत्या स्वरात उच्चारले, कुणास ठाऊक? पण आई आलटून पालटून शेनकडे, बाबांकडे पाहत होती. अभिमानाने मोहरत होती.

बाकीचे जागच्या जागी चुळबुळत होते. शेन म्हणाला, त्यानं त्याला तसं बरं वाटलं असलं तरी ज्या शब्दांत तो ते बोलला ते शब्द त्यांना आवडले नव्हते, लागले होते.

एड हॉवेल्स म्हणाला, ''तुम्हाला या हाणामारीच्या जीवघेण्या खेळाची बरीच माहिती दिसते.'' त्याच्या सुरात किंचित कुत्सितपणा होता.

''होय. आहे.''

शेननं एवढंच म्हटलं. थोडक्यात, स्वच्छ आणि आत्मविश्वासानं हे म्हणताना तो सरळ हॉवेल्सकडेच पाहत होता. हॉवेल्सनं मान खाली घातली, तो दुसरीकडे पाहू लागला.

बाबा म्हणाले, ''मला वाटतं, आपल्या दृष्टीनं शेन आपल्यात आला हे बरंच झालं. जॉन्सन, विल्सनबद्दल तुम्ही लागलीच येऊन

सांगता तर कदाचित अर्नी वाचला असता. एवढंच बरं आहे की, अर्नी कुटुंबवत्सल माणूस नव्हता; मागे रडायला कोणी उरलं नाही.'' शेनला त्यांनी विचारलं, ''फ्लेचर यानंतर काय करील असं तुला वाटतं?''

शेन म्हणाला, ''तो आधी उद्या राइटच्या वाडीत आपली माणसं आणि जनावरं सोडील. ती ताब्यात घेईल. यानंतर त्याला नदीच्या अलीकडे हा एक तळच मिळाला. त्याची बरीच माणसं आता या भागात हक्कानं वावरतील. तुमच्या वाटेला तो केव्हा जाईल ते त्यानं तुमच्याबद्दल काय अंदाज बांधलाय त्यावर अवलंबून आहे. राइट ठार झाल्याच्या बातमीनंच तुम्ही मऊ याल असं त्याला वाटलं तर तो गप्प बसून थोडी वाट पाहणं पत्करील; पण त्याला तुमची नीट ओळख पटली असेल तर एक, फारतर दोन दिवसांपेक्षा जास्त वाट तो पाहणार नाही. तेवढाच वेळ तो तुम्हाला विचार करायला देईल आणि मग मात्र पहिल्याच संधीला तो त्या विल्सनला तुमच्या अंगावर सोडील. हे तो शक्य तर एखाद्या सार्वजनिक जागेत बरीच माणसं हजर असताना साधू पाहील आणि अशी संधी तुम्ही त्याला मिळू दिली नाहीत तर तो ती घडवून आणील.''

बाबा म्हणाले, ''अच्छा! मला वाटलंच होतं, तू सरळसरळ काय ते सांगून टाकशील असं तू म्हणतोस ते तर्कशुद्धही आहे. म्हणजे हे पाहा,'' ते इतरांना म्हणाले, ''काही दिवस थांबण्याचा, वाट पाहण्याचा हा सवाल आहे, आत्ताच्या आत्ता काही होत नाही हे आता नक्कीच ठरलं. अर्नीच्या प्रेताची योग्य विल्हेवाट ग्रॅफ्टन लावलीच. आपण रात्रीपुरतं घरोघर राहावं हेच ठीक. गावात कोणी जाऊ नये. तुम्ही सर्वांनीच रात्रभर यावर विचार करा आणि उद्या पुन्हा आपण याचा जास्त विचार करू; काहीतरी इलाज निघेल नाही निघणार कशावरून? मी स्वतः काही ठरवण्याआधी गावात राइटच्या खुनाची प्रतिक्रिया काय आहे ती पाहणार आहे.''

ते आहे तसं सारं सोडून द्यायला तयार होते. ते सारं काही बाबांवर सोडायलाही तयार होते. ती चांगली माणसं होती आणि चांगले शेजारीही; परंतु त्यांच्यातील एक मात्र तसा नव्हता. फ्लेचरच्या बाजूने उभे राहण्याचा निर्णय घेण्याची वेळ आली होती. बाबा तिथे असेपर्यंत ते तिथेच थांबणार होते. तो गेल्यानंतर फ्लेचर त्याच्या मनाला वाटेल तसे

करू शकणार होता. त्यांनी एकमेकांना शुभरात्री केले आणि रस्त्यावरून खालच्या दिशेने निघाले.

बाबा दारात उभे राहिले आणि सारे घरोघर गेले. ते दारातून परत घरात आले, खुर्चीकडे आले, तेव्हा त्यांची पावलं जड झाली होती. ते म्हणाले, ''उद्या कुणाला तरी अर्नी राइटच्या वाडीवर जावं लागेल. तिथं जाऊन त्याची चीजवस्तू गोळा करून आणायला हवी. त्याची घरची कुणी माणसं आयोवाला राहतात असं आठवतं.''

''नाही.'' शेन विलक्षण ठाम सुरात उद्गारला. ''त्याच्या वाडीच्या आसपासही यानंतर कुणी फिरकता कामा नये. फ्लेचर त्याचीच वाट पाहत असणं शक्य आहे. अर्नीची चीजवस्तू गोळा करून त्याच्या घरच्या माणसांकडे धाडायची असेल तर ते काम ग्रॉफ्टनलाच सांगा, त्याला ते करता येईल.''

बाबा म्हणाले, ''अर्नी माझा दोस्त होता, ग्रॉफ्टनचा नव्हे.''

''आता तो दोस्तीपलीकडे पोहोचला आहे,'' शेन उद्गारला.

''कसं समजत नाही तुम्हाला?'' आता आई बोलली. ''तो फ्लेचर आणि त्याचा तो विल्सन यांच्या हाती तुम्ही सध्या न पडण्याचं ठरवा. यातून काही ना काही मार्ग निघणार आहे, नाही का? विल्सनसारख्या माणसाला काही फ्लेचर कायमचा इथं नक्कीच नांदू देणार नाही. शक्यच नाही.''

आई भराभरा बोलत होती. का ते मला समजत होतं. बाबांना काही समजण्यापेक्षा ती स्वतःलाच या पद्धतीनं समजावीत होती. बाबांनाही हे समजलं होतं.

बाबा म्हणाले, ''नाही मरिअन. पुरुषासारख्या पुरुषाला एखाद्या उंदरासारखं बिळात दडून मरण कसं मानवेल?''

''मग निदान स्वस्थ राहा. त्यांना कसली संधी तरी देऊ नका.''

बाबा म्हणाले, ''तेसुद्धा मला शक्य नाही वाटत.'' आता त्यांची मनःस्थिती पुष्कळ निवळली होती. या प्रश्नाचा ते आता अगदी व्यवहारीपणानं विचार करीत होते. ''म्हटलं तर पुरुष फार काही सहन करू शकतो; पण त्याला तशी कारणं हवीत.'' माझ्याकडे पाहत ते पुढे म्हणाले, ''काही गोष्टी मात्र अशा असतात की, ज्या त्याला सहन करणं, निमूटपणे गिळणं जमत नाही. जमणारच नाही. ज्याला काही

स्वत्त्व असेल, स्वाभिमानानं जगण्याची इच्छा असेल तर तो सहन करू शकणार नाही आणि त्यानं त्या सहन करताही कामा नयेत.''

मी शेनकडे पाहिलं. तो त्याच्या मनातली कसली तरी उसळी शर्थींनं दडपू, दाबू पाहत होता. त्याच्या डोळ्यांत वेदना होती. विषाद होता. आमच्याकडे पाहणंदेखील त्याला जमत नव्हतं. तो सरळ दारावाटे बाहेर, त्याच्या खोलीकडे, कोठीकडे निघून गेला.

बाबांचं मला भारी नवल वाटलं. ते आता खोलीत इतस्ततः फेऱ्या घालू लागले. ते भारी अस्वस्थ होते. शेनमधल्या बदलाची कल्पना त्यांना आली होती. गेले अनेक दिवस त्यांच्यात असा बदल वाढत्या प्रमाणात घडत होता, हेही त्यांना समजत होतं. ते आईला म्हणाले, ''एवढी एकच गोष्ट मला फार त्रासदायक होते आहे, मरिअन. शेनला या साऱ्या गोष्टींचा फार त्रास होतोय. माझं काय होणार याची मला फारशी काळजी वाटत नाही. जे होईल ते पाहून घेईन असं मी म्हणतो आणि तेवढी ताकद माझ्यात नक्कीच आहे. मग किती झालं तरी त्याची बरोबरी मला करणं जमणार नाही. मला पक्कं माहीत आहे हे. आज त्याचं मन मला समजतं तेवढं तेव्हा उमगतं तर मी त्याला इथं राहाण्याची गळ घातलीच नसती; पण फ्लेचरची मजल इथवर जाईल हे तेव्हा माझ्या ध्यानीमनीही आलं नाही. शेन आपल्या इथं आला त्याआधी त्यानं पुष्कळ झगडे लढले आहेत. त्यांचा त्याला आधीच कितीतरी त्रास होतो आहे; फार त्रास होतो आहे त्याला. मर्द असला तरी काळीज माणसाचं आहे त्याचं. नाही, मरिअन, यानंतर फ्लेचरशी झगडा बंद! सगळं भांडण बंद! वाडी विकून आपण इथून जाणार!''

मला काहीच सुचत नव्हतं. फक्त जाणवत होतं. का कशी, कोण जाणे; पण माझ्या केसांत, डोक्यावर मला शेनची प्रेमळ बोटं फिरताना जाणवत होती आणि माझ्या अगदी नकळत मी ओरडलो, ''बाबा! शेन पळून जाणं शक्य नाही! शेन कशापासूनदेखील पळून जाणार नाही!''

बाबा फेरी घालताघालता एकदम थांबले. त्यांनी माझ्या दिशेनं पाहिलं; पण माझ्याकडे पाहिलंच नाही. ते आईचं म्हणणं ऐकत राहिले.

आई म्हणाली, ''बिट्टू म्हणतो तेच खरं आहे. शेनचा अवसानघात आपण केला असा त्याचा अर्थ होईल. तसं होता कामा नये.'' गंमत म्हणजे ती शेनला मागे म्हणाली होती तेच आता ती बाबांना म्हणत होती, केवळ नाव तेवढं बदललं होतं. ती पुढे म्हणाली, ''आपण असं पळालो तर त्याला त्याचा कायमचा त्रास होऊन राहील. शेनची अपेक्षा आहे, ती आपण पुरी करायलाच हवी. आपल्याविषयीची त्याची कल्पना आपण खरी ठरवली पाहिजे. बिट्टू म्हणाला ते अगदी खरं आहे. शेन कशापासूनही पळणं शक्य नाही. म्हणूनच आपणही पळता कामा नये. आपण राहाणार!''

बाबा म्हणाले, ''हे पाहा, मला तरी पळ काढणं आवडतंय म्हणतेस का? नाही. माझी जास्त पारख आहे तुला. माझ्यासुद्धा तत्त्वांविरुद्ध, वृत्तींविरुद्ध होणार आहे ते; पण हा असा माणूस इथं असल्यावर आपल्या साऱ्या योजनांना, बेतांना सुखाच्या अपेक्षांना खरोखर काय अर्थ आहे, सांग बरं!''

''समजतंय मला.'' आईनं म्हटलं. ''पण यात फार जवळचाच तेवढा विचार करता आहात तुम्ही.''

अशा तऱ्हेनं ती दोघं मग एकमेकांना आपलं म्हणणं वारंवार स्पष्ट करून सांगत होती, एकमेकांचं म्हणणं ऐकून घेत होती. परस्परांची समजूत पटवू पाहत होती. अखेर आई म्हणाली, ''खरं म्हणजे मला काय म्हणायचंय ते मला शब्दांत मांडणं जमत नाहीये; पण हे खरं आहे की, आपण इथून पळता कामा नये, नामुष्कीनं माघार घेता कामा नये. तसं काही घडलं तर आपल्यापैकी कुणालाच, अगदी या माझ्यादेखील तसल्या जिण्यात राम राहाणार नाही.''

बाबा म्हणाले, ''तोरेला ते जमेल. जॉन्सनला जमेल. सर्वांना जमेल आणि कुणाला काहीसुद्धा वाटणार नाही त्यात.''

आई आवेशानं ओरडली, ''मला उगीच तापवू नका! त्यांच्याबद्दल बोलत नाही मी, त्यांचा विचारसुद्धा करीत नाही, मी आपल्याबद्दल बोलतेय.''

आता बाबा जणू स्वतःशीच हळूहळू म्हणाले, ''रामच राहाणार नाही. सारं निरर्थक वाटेल. मेल्यागत जगायचं. मग...''

''तेच - तेच तर मी तुम्हाला सांगण्याचा प्रयत्न करतेय!'' आई

तळमळून म्हणाली. ''आणि मला नक्की वाटतं की, आजच्या परिस्थितीतून आपण कसे ना कसे, पण स्वाभिमानानं बाहेर पडूच पडू. कसे ते मलाही सांगता येत नाही; पण खात्री मात्र वाटते.''

बाबा म्हणाले, ''तुझ्यासारख्या बाईमाणसाच्या दृष्टीनं ही खात्री ठीक आहे मरिअन आणि तू म्हणतेस त्यात थोडासा अर्थ आहेही. आपण नाहीच कच खायची, नाहीच हटायचं; हा डाव पुरता खेळायचा. शेवटपर्यंत खेळायचा. पाहू या काय होतं ते. कदाचित फ्लेचर त्यानंच हरेल. गावाला त्याचा हा विल्सनसारख्या खुनी माणसाला हाताशी धरण्याचा प्रकार पटणं शक्य नाही. वेअरसारख्या, गावातल्या सुबुद्ध माणसांना त्यानं चीडच येईल.''

बाबा आता चांगलेच सावरले होते. त्यांच्या विचारांना आता एक सुरळीत दिशा मिळाली होती. मग बराच वेळ आई आणि ते हळूहळू काहीतरी पुष्कळ कुजबुजत होते. मी झोपण्याचं सोंग घेतलं होतं. खिडकीबाहेरच्या गडद निळ्या आभाळातल्या चांदण्या मोजतामोजता केव्हा झोप लागली ते कळलंच नाही.

१२

सकाळच्या कोवळ्या उन्हानं आमचं घर आणि सारंच काही उजळून निघालं होतं. आम्ही छान नाशता केला. शेन आणि बाबा त्यांची कामं उरकण्यासाठी बाहेर पडले. मला मात्र काय करावं हे नक्की न सुचल्यानं मी घरापुढेच सुचेल ते करीत वेळ काढीत होतो. सडकेला लांबवर नजर लावून मी उभा होतो.

ताटे घासता घासता गोंधळलेल्या अवस्थेत आईनं माझ्याकडे पाहिलं. मी तिथे उभा राहून रस्त्याकडे पाहत होतो. तिने मला व्हरांड्यात बोलावलं. तिने आमचा जुना एक बोर्ड आणला होता आणि त्यावर खेळताना मी तिला हरवावं, असं तिला नेहमी वाटायचं. अशा खेळांत ती मोठी तरबेज होती. एखाद्या लहान मुलासारखी ती उत्साहित होऊन खेळायची. मोठ्या आकड्यांवर चीत्कारायची, ते क्रमांक मोठ्या अभिमानानं मोठ्यानं उच्चारायची.

मी जेव्हा तीन डाव जिंकले. तिने बोर्ड बाजूला केला आणि आतून दोन गोल गरगरीत सफरचंद आणि ती शाळेत शिकवी तेव्हाची, मला विशेष आवडणारी काही पुस्तकं ती घेऊन आली. तिच्या वाट्याचं सफरचंद खातखात ती मला वाचून दाखवू लागली. त्या वाचनात पाहता पाहता मी इतका रंगलो, इतका रंगलो की, उन्हं डोक्यावर आली तरी मला कळलं नाही. आईला मात्र स्वयंपाकासाठी आत पळावं लागलं.

तिचा स्वयंपाक तयार होत होता तेवढ्यात बाबा आणि शेन घरी आले. आम्ही सारे मग जेवायला बसलो. जेवताना इतक्या मोकळ्या गप्पा चालल्या होत्या की, तो रविवारचाच दिवस वाटत होता. काही झालं तरी फ्लेचरच्या प्रकरणात घरातलं वातावरण गढूळ होऊ द्यायचं

नाही असा जणू बाबांचा आणि शेनचा निश्चय झाला होता; इतक्या दिलखुलास गप्पागोष्टी ते करीत होते. गावात घडलं होतं त्यानं बाबा मोठे आनंदात होते.

आमचं जेवण संपतासंपता ते म्हणाले, ''अर्नींचं शेवटी बाकी सारं यथासांग झालं. एवढी माणसं जमतील अशी अपेक्षा नव्हती आणि गंमत अशी की, फ्लेचरबद्दल कुणाच्या तोंडून एक चांगला शब्द म्हणून निघत नव्हता आणि सारी मिळून निदान तीस माणसं तरी असतील.''

शेन म्हणाला, ''चौतीस. मी मोजली ना! आणि केवळ अर्नीं राइटच्या उत्तरक्रियेसाठीच जमले नव्हते ते, मरिअन. तसं असतं तर तिथं दिसली ती काही माणसं दिसतीच ना. स्टारेट नावाच्या एका माणसाविषयीचं आपलं मत व्यक्त करण्यासाठी जमले होते सारे. तुमचा नवरा अलीकडे या भागात फार मोठा होऊन राहिलाय, हे गाव वाढेल तसा तो आणखी आणखी मोठा होणार. त्याला जरा सवड मिळू दे; म्हणजे पाहा तो साऱ्या गावाचा दादा होतो की नाही...''

आई पुटपुटली, ''सवड... मिळू... दे...'' तिनं शेनकडे पाहिलं आणि तिच्या नजरेत भय एकटवलेलं दिसलं. संभाषणातला हास्यविनोद कुठल्या कुठं लोप पावला आणि कोणी पुढं काही म्हणण्याच्या आतच आमच्या सडकेला घोड्याच्या टापा वाजल्या.

कोण ते पाहाण्यासाठी मी खिडकीकडे धावलो. माझ्या आधी खरं म्हणजे शेन तिथं पोहोचायचा. तो कसा पोहोचला नाही याचं मी आश्चर्य करीत असतानाच त्यानं बसल्याबसल्या खुर्ची आणखी मागे सरकवली आणि त्यात तसाच बसून तो म्हणाला, ''हा फ्लेचर आला, जो. गावात काय बोलणं चाललंय, ते त्याच्या कानी गेलंय आणि जे काही करायचं ते तडकाफडकी करून टाकण्याच्या निश्चयानं तो आलाय. तुम्ही स्वस्थ राहा. त्याच्या दृष्टीनं प्रत्येक मिनिट आता मोलाचं असलं तरी आज या वेळी इथं तो काही करणार नाही.''

बाबा दाराकडे गेले. ते परत आत आले तेव्हा त्यांच्या हाती भिंतीला लटकवून ठेवलेली बंदूक होती. ती उजव्या हातात धरून त्यांनी दरवाजा उघडला आणि बाहेर पाऊल टाकलं. खिडकीशी माझ्याबरोबर आई बाहेर पाहत होती.

ते एकूण चौघेजण होते. फ्लेचर, विल्सन आणि दोन 'काऊबॉय'. गेल्या जवळजवळ वर्षभरात फ्लेचरला मी प्रथमच पाहत होतो. तो उंचापुरा माणूस होता. एके काळी तो मोठा देखणा असावा. आता त्याच्या चेहऱ्यावर चरबीचा थर वाढू लागला होता, अंगावरही बराच लठ्ठपणा आला होता.

स्टार्क विल्सन शहरातला माणूस असला तरी मोठा करारी आणि क्रूर दिसत होता. त्याच्या अंगात कोट नव्हता आणि कमरेची दोन्ही पिस्तुलं मुक्तपणे पट्ट्यात लोंबकळत होती.

फ्लेचरच्या मुद्रेवर स्मितहास्य होतं. खुशी होती. तो म्हणाला, "तुम्हाला त्रास द्यावा लागला याचं वाईट वाटतं, स्टारेट. विशेषतः काल रात्रीच्या त्या विपरीत प्रकारानंतर असं करावं असं आमच्या मनात नव्हतं; पण झालं ते झालं. जे झालं ते नाहीसं करणं शक्य नाही. ते झालं नसतं, अडवता आलं असतं तर बरं झालं असतं. राइटला थोडी अक्कल असती तर ते घडलंदेखील नसतं. हे मिस्टर विल्सन खोटं बोलतात असं तो म्हणाला; तिथंच त्याचं चुकलं. तेच त्याच्या अंगाशी आलं."

"आलं खरं." बाबा तुटकपणे म्हणाले. "पण अर्नी नेहमीच वाणीचा मोठा सच्चा राहात आला होता. ते असो फ्लेचर. काय असेल ते बोला आणि या वाडीवरनं काळं करा."

फ्लेचरच्या मुद्रेवरचं स्मित कायम होतं. तो म्हणाला, "झगडा करण्याचं काहीच काम नाही, स्टारेट. झालं ते झालं. तसं पुन्हा घडण्याचा प्रसंग येणार नाही अशी आशा आपण करू या. तुम्ही मागे मोठ्या 'रँच'चा धंदा केलेला आहे; तुम्हाला माझी परिस्थिती कळू शकेल. यानंतर मला मिळेल तेवढी जमीन हवीच आहे."

बाबा म्हणाले, "मागे आपण त्या विषयाची उजळणी केलेली आहे. माझं म्हणणं काय आहे ते तुम्हाला ठाऊकच आहे. जास्त काही म्हणायचं असेल तर म्हणा आणि काळं करा एकदाचं."

"बरं बरं, स्टारेट. माझी 'ऑफर' सांगून टाकतो. तुमची कामाची पद्धत मला पसंत आहे. तुम्ही एखादं काम हाती घेतलंत की, ते पुरतं हाती घेता आणि तडीला नेता. तुम्ही अन् तुमचा माणूस, तुम्हा दोघांचा मला उपयोग होण्यासारखा आहे. मॉर्गनला मी जायला सांगितलंय.

तुम्ही अन् त्या तुमच्या माणसानं त्याच्या जागी काम करावं अशी माझी इच्छा आहे. तसंच ही वाडीही मी तुमच्याकडून विकत घ्यायला तयार आहे. तुम्हाला इथंच राहायचं असेल तर तशी सोय विक्रीनंतर करता येईल; पण एक खरं की, तुम्ही दोघं माझ्या पदरी राहावेत असं मला वाटतं.''

बाबांनी हे असलं काही अपेक्षिलं नव्हतं. ते त्यांच्या मागच्या बाजूला उभ्या असलेल्या शेनशी काहीतरी कुजबुजले. म्हणजे फ्लेचरवरची नजर त्यांनी मुळीच काढली नाही. त्यांच्या केवळ शब्दांनी शेनला, ते आपल्याशी बोलताहेत हे कळलं आणि समजलं होतं.

''शेन, तुझ्या वतीनं उत्तर देऊ मी?''

''दे, जो.'' शेनचा आवाज बाबांइतकाच हळुवार होता. तरीही तो स्वच्छ होता आणि त्यात स्वाभिमानाची छटा होती.

बाबा पुऱ्या उंचीनं ताठ उभे राहिले. ते फ्लेचरच्या नजरेला नजर देऊन पाहत होते. ते संथपणे म्हणाले, ''आणि इतरांचं, जॉन्सन शिपस्टेड आणि इतरांचं काय? त्यांचं काय करणार?''

''त्यांना जावं लागेल.''

''नाही!''

''या वाडीचे मी हजार डॉलर्स तुम्हाला असेच्या असे द्यायला तयार आहे. एकच रक्कम! पटत असली तर पाहा.''

''नाही.''

फ्लेचरचा राग आता त्याच्या चेहऱ्यावर दृग्गोचर होत होता. तो विल्सनकडे वळला. मग आपल्या चेहऱ्यावरच्या रागाची जाणीव होऊन तो कृत्रिम हसला. तो म्हणाला, ''मी या वेळी कोणतंच उत्तर मान्य करणार नाही, स्टारेट. आज रात्रभर विचार करा; तेवढी सवड मी तुम्हाला देतो. ग्रॅफ्टनच्या दुकानी उद्या मी तुमचं शहाणपणाचं उत्तर ऐकायला हजर आहे.''

घोडा वळवून तो जाऊ लागला. सडकेशी उभ्या असलेल्या दोघा 'काऊबॉईज'पर्यंत तो पोहोचला. विल्सन लागलीच पाठोपाठ गेला नाही.

तो म्हणाला, ''पाहा स्टारेट, विचार करून. ही वाडी आणि खिडकीपासचं ते पाखरू— तुमची बायको— दुसऱ्या कुणी उपभोगणं

तुम्हाला नक्कीच पसंत पडणार नाही.''

तो घोडा वळवू लागला आणि मध्येच अगदी स्तब्ध झाला, थिजला. बाबांची मुद्रा पाहून त्याला काहीतरी झालं असावं. आम्हाला, आईला. मला ती दिसत नव्हती, कारण आमच्याकडे बाबांची पाठ होती. तरीसुद्धा कमरेच्या पिस्तुलावर असलेला त्यांचा हात मला चांगला दिसत होता.

''नको-नको जो!'' शेन बाबांजवळ जात उद्गारला. तसाच तो पलीकडे गेला, विल्सनपासून जेमतेम सहा पावलांवर उभा राहिला. काय घडत होतं ते नक्की कळत नसल्यासारखी विल्सनची मुद्रा मूढ होती. मग त्याचा उजवा हात हलला; पण शेनजवळ शस्त्रच नव्हतं हे कळलं तशी तो अडला.

शेननं घोड्यावर बसलेल्या विल्सनला सुनावलं, ''तुझ्या कमरेच्या त्या नळकांड्याच्या जोरावर तुझ्या या साऱ्या गमजा चालल्यात, विल्सन. ते काढून घेतलं तर शेंबडं पोरदेखील तुला मारील.''

त्या शब्दांमागच्या जिगरीनंच विल्सन क्षणमात्र गारठला, तेवढ्यात बाबांचं फर्मान उमटलं, ''शेन, पुरे!''

विल्सनच्या नजरेतला मूढ भाव आता मावळला. तो शेनकडे पाहून हसला आणि म्हणाला, ''तुला आवरणारं कुणीतरी हवं, खरंच!'' आणि घोडा फिरवून तो फ्लेचरमागे दौडत निघून गेला.

आता प्रथम माझ्या लक्षात आलं की, आईनं माझे खांदे केवढ्यांदा तरी दाबून धरलेले होते. बाहेर बाबा आणि शेन यांचं बोलणं चालू होतं ते आम्हाला ऐकू आलं,

''तुम्ही पिस्तूल वर करण्याच्या आत त्यानं तुम्हाला टिपलं असतं.'' शेन म्हणाला.

''अरे, पण अकलेच्या गङ्ग्या,'' बाबा आपल्या भावना रागाच्या आविर्भावामागे लपवीत होते. ''माझं एक राहू दे. तू त्याला चिडवण्यानं जान गमावून बसला असतास ना!''

आईनं मला बाजूला सारलं. दारातूनच ती त्या दोघांवर ओरडली, ''माझ्याबद्दल तो तसं म्हणाला एवढ्यावरनं तुम्ही दोघंही घाईला येऊन वेडेपणा करणार होतात! पण सांगून ठेवते, जरूरच पडली तर तुमच्याइतकीच मीसुद्धा त्याचं तसलं बोलणं लागेल तितकं सहन करू

शकते.''

आता दोघांनीही तिच्याकडे पाहिलं. दोघांच्याही मुद्रेवर विस्मय होता. बाबा आईकडे येत म्हणाले, ''अगं, पण पुरुषासारख्या पुरुषाला याहून मोठा अपमान दुसरा कुठला असेल, मरिअन?''

''बरोबर.'' शेन संथपणे उद्गारला, ''फार भयंकर अपमान होता तो?'' तो आईकडे बघत नव्हता; आई आणि बाबांकडे पाहत होता.

१३

त्या क्षणीच्या त्या भावनेच्या उमाळ्यात ते आणखी किती काळ रंगले असते, ते सांगणं कठीण होतं. माझ्या दृष्टीनं अगदी सोपा असा एक प्रश्न मी विचारला आणि त्या तंद्रीचा भंग झाला.

मी विचारलं, ''बाबा, आज रात्री तुम्ही फ्लेचरला काय उत्तर देणार?''

माझ्या प्रश्नाला बाबांनी काहीच उत्तर दिलं नाही. उत्तर देण्याची मुळी आवश्यकताच नव्हती. माझं मलाच ते कळत होतं. मी आता मोठा होऊ लागलो होतो. मला हेही माहीत होतं की, माझे बाबा निधड्या छातीचे होते आणि फ्लेचरनं म्हटल्याप्रमाणे ग्रॅफ्टनच्या दुकानी जाऊनच ते फ्लेचरला त्याचं उत्तर देणार होते. उन्हानं न्हालेल्या शेतातून येणारा वारा आता, का कुणास ठाऊक, फार थंड वाटू लागला.

कोणी एकमेकांकडे पाहिलं नाही. कुणी चकार शब्दही उच्चारला नाही आणि तरी त्यांच्यातली त्या क्षणीची जवळीक अपूर्व होती, असं मला का कोण जाणे, पण वाटलं. प्रत्येकाला आपली स्वतःची भावना ठाऊक होती आणि दुसऱ्याला सारं काही कळतं आहे हे प्रत्येकाला समजत होतं. फ्लेचरनं बाबांवर एक नेमका डाव टाकला आहे हे त्यांना समजत होतं. बाबा त्यात सापडले होते. कारण ते बाबा होते; ते मुळी त्यातून बाहेर राहूच शकत नव्हते. एका वेगळ्याच शांततेनं आसमंत व्यापून टाकल्यासारखं वाटत होतं.

बाबा व्हरांड्याच्या वरच्या पायरीवर बसले होते. पाइप ओढत त्यांची नजर नदीपल्याडच्या डोंगराच्या क्षितिजापार स्थिरावली होती. शेननं मी खेळासाठी वापरलेली खुर्ची उचलून रागानं भिंतीवर भिरकवली

आणि बाबांप्रमाणे तोही शून्यात नजर लावून बसला.

आई घरात जाऊन काम आवरू लागली; पण ती काय करीत होती हे तिचं तिलाच कळत नव्हतं, मी तिच्या हाताशी तिला मदत करीत होतो; ती काही बोलत नव्हती आणि मलाही काही बोलणं सुचत नव्हतं.

काम आवरलं तशी ती बाहेर बाबांकडे गेली. पायरीवर त्यांच्याशेजारी मुकाट बसली. तिचा हात मधल्या रित्या भागात विसावला होता. हळूहळू बाबांचा हात तिच्या हातावर येऊन थांबला. बराच वेळ तो तसाच होता.

एकाकीपणानं मला वेढून टाकलं होतं. मी घरभर फिरलो. तिथे करण्यासारखं काहीही नव्हतं. मी पुन्हा व्हरांड्यात परत आलो. तिथे मी काही गोष्टींचा शोध घेतला. तिथे मला जुन्या फावड्याचा दांडा सापडला. मी माझ्या चाकूने त्याच्याशी खेळू लागलो. मी याचा अनेक दिवसांपासून विचार करीत होतो. आता त्या कल्पनेत काही राम राहिलेला नव्हता. झाडाचे वलयदार तुकडे काही काळानंतर जमिनीवर पडले आणि नंतर मी त्या फावड्याचे दांडेसुद्धा तिथेच टाकून दिले.

या पूर्वी जे काही सगळे घडले होते, ते फार पूर्वी घडल्यासारखे वाटत होते. एखाद्या मागच्या जन्मात घडलेले असावे असे काहीतरी. सूर्य संध्याकाळच्या दिशेने जसजसा कलू लागला, तसतशी तिथे पडणारी सावलीदेखील लांबलचक होत चालली होती.

मी तिथून आईच्या बागेमध्ये गेलो तिथे विविध प्रकारच्या भाज्या लावलेल्या होत्या. पण एवढाच भाग कापणी केलेला नव्हता. पण माझ्यासाठी ते फारच छोटेसे काम होते. मी काही रांगांमध्ये कापणी केली. त्यानंतर खुरपे बाजूला ठेवले आणि परत घराच्या व्हारांड्याकडे गेलो. ते तिघे तिथे तसेच बसून होते.

मी त्यांच्या खालच्या पायरीवर बसलो. त्या दोघांचे पाय माझ्या दुतर्फा आलेले होते. त्या मखरात कसं बरं वाटत होतं. मग बाबांचा हातही माझ्या केसांतून फिरू लागला.

''तुला फार कठीण वाटत असेल हे बिट्ट्या.'' ते म्हणत होते. खरं म्हणजे मी लहान होतो म्हणूनच ते हे मला उद्देशून म्हणत होते. एका अर्थानं स्वतःशीच ते या निमित्तानं बोलत होते.

"या सगळ्याची अखेर काय होईल ते मला नीटसं समजत नाही; पण एक मात्र मला कळतंय, विल्सनचा पाडाव झाला की, हे सारं संपायला उशीर लागणार नाही. मग फ्लेचरला मऊ आणणं पोरखेळ ठरेल. परस्पर गावच ते पाहून घेईल. विल्सनला पिस्तुलाच्या लढतीत मी मारू शकत नाही; पण एवढं नक्की की, तो पडेपर्यंत कुठल्याही स्थितीत दोन पायांवर टिकून राहाण्याइतकी ताकद या शरीरात नक्कीच आहे. माणसाला एका गोष्टीनं मोठी उमेद येते ती ही की, तो गेला तरी त्याच्या पाठीमागे त्याचं कुटुंब उघड्यावर पडणार नाही, त्याच्याहीपेक्षा उजव्या माणसाची पाखर त्यावर राहील."

आमच्यामागे एकाएकी कसलातरी आवाज झाला. शेन इतक्या झपाट्यानं जागचा उठला की, तो बसला होता ती खुर्ची कोलमडली. त्याची मुद्रा पांढरीफटक पडली होती. असह्य झालेले विचार डोळ्यांवाटे वाट मागत होते. तो पायऱ्यांकडे आला, आमच्या बाजूनं पुढे गेला आणि अंगणातून कोठीकडे वळून अदृश्य झाला.

आई घाईनं त्याच्या मागे धावली आणि धावताना तिची तीच मध्ये खिळून उभी राहिली, सावकाश चालत ती मागे आली. गळू पाहाणारं शरीर ती जणू दोन्ही हातांनी तोलत होती. पुन्हा येऊन ती पायरीवर बसली, बाबांना अगदी घट्ट चिकटून बसली. आपल्या विशाल बाहूंत त्यांनी तिला वेढून घेतलं.

आता सूर्य डोंगरामागे लपू पाहत होता; एकाएकी आई ताठ बसली. लगबगीनं उठून उभी राहिली. बाबाही उठले. तिचे दोन्ही हात पकडून बाबांनी तिला पुढ्यात उभी केली. ते म्हणाले, "माझी सारी मदार तुझ्यावर आहे, मरिअन. त्याला आधार दे. तूच ते करू शकशील." त्यांनी एक पुसट, विषण्ण स्मित केलं. ते स्मित फार विलक्षण होतं, मोठं चटका लावणारं होतं; त्रासदायक होतं. मी जिथं बसलो होतो त्याच्या वरच्या पायरीवर ते तसे उभे होते. मला माझे बाबा त्या क्षणी फार मोठे वाटले. इतके मोठे की, वाटलं, या जगात त्यांची बरोबरी नाही. मोठ्यातला मोठा डोंगरदेखील त्यांच्यापुढे फार खुजा ठरेल. "मला आता जेवण नको मरिअन फक्त तुझ्या हातची एक कॉफी हवी आहे." असं बाबा आईला म्हणाले आणि आई नि बाबा संथपणे वळून जोडीनं निघून गेले.

शेन कुठं होता? मी त्याच्या कोठीकडे धावलो. मी तिथं जवळजवळ पोहोचलो आणि समोरच्या विस्तीर्ण हिरवळीवर मला तो दिसला. लांब पसरलेल्या वैराण डोंगरमाथ्याकडे त्यानं टक लावलं होतं. अस्ताला गेलेल्या सूर्याच्या शेवटच्या खुणांचे क्षीण सोनेरी मुकुट त्या पर्वतराजांनी धारण केले होते. मी तसा पाहत असतानाच त्यानं दोन्ही बाहू वर धरले. जणू आभाळातले रंग तो त्यांनी पकडू पाहत होता.

तो वळला. सरळ माघारी आला. त्याची पावलंदेखील रेखीव पडत होती आणि मस्तक उन्नत होतं. त्याच्या साऱ्या हालचालींत एक नवीन, शाश्वत आणि अपूर्व जाणीव भरून राहिली होती. तो अगदी जवळ आला आणि त्याची मुद्रा मला अगदी शांत, स्वस्थ वाटली.

मला पाहून तो म्हणाला, ''बिट्टोबा. घरात पळा बरं आणि असे रडवेले का? हसा. सारं काही ठीक होईल.'' असं म्हणून तो माझ्या पुढं निघून गेला, थेट त्याच्या कोठीकडे गेला.

मला मात्र घरात जावंसं वाटत नव्हतं. त्याच्या मागूनच जाण्याची इच्छा होती; पण त्यानं जायला सांगितल्यावर तरी त्याच्या मागे जाणं बरं नव्हतं. घराशीच थांबून मी कोठीच्या दारावर लक्ष ठेवून राहिलो.

वेळ चालला होता. आभाळ बरंच अंधारलं. तरीही मी घरात गेलो नाही आणि तो दिसला. कोठीतून बाहेर पडून दाटल्या अंधारातून तो घराच्या दिशेनं येताना दिसला. मी डोळे फाडून अगदी पाहता येईल तेवढं निरखून बघितलं आणि उसळत्या उत्साहानं घरात पळत जाऊन बाबांना वर्दी दिली, ''बाबा! बाबा! शेनकाकानं पिस्तूल बरोबर घेतलंय!''

माझ्या मागोमागच शेन आला. आई-बाबा टेबलाशी बसले होते. दारात त्यांना शेन दिसला. ज्या दिवशी आमच्या सडकेला तो प्रथम आला, आमच्याकडे प्रथम जेवायला राहिला, त्या पोषाखातच तो आला होता. फरक एकच, आता त्याच्या कमरेला पट्टा होता आणि त्यात पिस्तूल होतं. त्यानं ते बरोबर घेतलं होतं असं म्हणणंदेखील अगदी चुकीचं ठरलं असतं. ते मुळी त्याचा एक भागच वाटत होतं; त्याचा, एका माणसाचा, एका सामर्थ्याचा अपरिहार्य आणि स्वाभाविक असा भाग वाटत होतं. शेन आता परिपूर्ण, संपूर्ण वाटत होता. तो शेन वाटत होता.

कामाचे ऐसपैस कपडे अंगावर नसल्यानं तो आता बराच सडपातळ

आणि हडकुळा दिसत होता. आल्या दिवशी तो असाच वाटला होता; पण त्याच्यात एवढाच बदल नव्हता. तो मुळी आमचा शेन वाटतच नव्हता आणि तरी तो आमचाच होता. याच्याइतका भयंकर माणूस आपण दुसरा पाहिला नाही हे एड हॉवेल्सचे उद्गार मला आठवले. आम्हाला भेटलेला हा पहिलाच खरा विश्वासू माणूस हे बाबांचे तेव्हाचे उद्गारही स्मरले. दोघांचंही म्हणणं किती खरं होतं हे आता मला पटलं. हाच खरा शेन ही खात्री पटली.

आता तो आत येऊन उभा होता. आईशी नेहमी बोले त्या हलक्या, तरल स्वरात तो आई-बाबांशी बोलत होता. तो म्हणत होता, "कसले आई-बाबा आहात तुम्ही! या बिचाऱ्या बिट्टूला अजून तुम्ही जेवायला वाढलं नाही! आधी त्याला वाढा बरं. चांगलं पोटभर जेवू दे आणि तुम्हीसुद्धा तब्येतीनं जेवून घ्या दोघं, मी आलोच. गावात जरा काम आहे."

बाबा टक लावून त्याच्याकडे पाहत होते; ते घाईने म्हणाले, "शेन, नाही, हे चालणार नाही, हे मुळीच चालणार नाही! तुझ्या मनात आलं एवढंच पुष्कळ झालं. मी भाग्यवान म्हणून मला लाभलास तू; पण मी असलं काही तुला करू देणार नाही. नाही म्हणजे नाहीच! ते माझं काम आहे. ती माझी जिम्मेदारी आहे. फ्लेचरनं आव्हान दिलंय ते मला; तुला नव्हे."

शेन मृदु स्वरात म्हणाला, "इथंच तुम्ही चुकता आहात, जो. ही जिम्मेदारी माझीच आहे. माझ्या जातीची आहे. शेतकरी म्हणून फार चांगले गेले इथले दिवस माझे. त्यातली मौज तुमच्यामुळे चाखता आली मला. खूप सुख घेतलं मी; पण काही गोष्टी शेतकऱ्यांनं करायच्या नसतात, त्याला त्या जमणार नाहीत आणि जमूही नयेत. त्यासाठी वेगळ्या जातीचा, माझ्या जातीचा माणूस हवा."

"छे, छे! मी तुला जाऊ देणारच नाही." बाबांचा निर्धार कायम होता. "असं समज की, विल्सनचा काटा काढलास तू; तरी त्यानं काहीही फायदा होणार नाही. उलट परिस्थिती कायमची चिघळून बसेल. तुझाच विचार कर ना तू आणि आमची तरी काय परिस्थिती होईल? पुन्हा डोकं काढायला म्हणून जागा राहाणार नाही मला या भागात. तू यात पडता कामा नयेस! हा माझा अखेरचा शब्द! तुला

तो मानावाच लागेल! निक्षून सांगतो आहे मी तुला!''

"नाही.'' शेनचा नकार मृदु सुरातलाच होता; पण इतका ठाम होता की, तेवढ्या ठाम सुरात तो अगदी प्रथमच बोलत होता. "मी काय करता कामा नये ते कुणाकडूनही या आधी ऐकलेलं नाही मी आणि ऐकणारही नाही. अगदी तुमच्याकडूनसुद्धा नाही.''

हे बोलत असतानाच त्यानं हातात पिस्तूल सरसावलं आणि वेगानं ते खाली आणलं. बाबांच्या मस्तकाच्या एका कडेला कानावर त्याचा घाव बसला. तो घाव एवढा जबरदस्त होता की, बाबा पुढ्यातल्या टेबलावर उपडे पडले. तिथून ओघळून जमिनीवर लोळले. तत्काळ शेननं एका हातानं उचलून त्यांना खुर्चीत ठेवलं. बाबांचं डोकं मागे कलंडलं ते पकडून शेननं ते पुढे ओढलं. बाबांना त्यानं टेबलावर ठेवलं. बाबांचं तोंड आता त्यांच्या हातावर टेकलं होतं.

शेननं टेबलापलीकडे, आईकडे पाहिलं. तो दारात दिसला तेव्हापासून ती निश्चल बसून होती. बाबा मूर्च्छित झाले तरी ती जागची हलली नव्हती. ती शेनकडे एकटक पाहत होती. विस्फारल्या नजरेनं पाहत होती. तसं पाहण्यात तिची जणू समाधी लागली होती. तिच्या डोळ्यांत एक विलक्षण मधुर भाव लकाकत होता.

ती दोघं तशी एकमेकांकडे पाहत होती आणि गडद काळोख पडला. दोघं तिथं अगदी एकांतात गुरफटून राहिली होती आणि तरी दोघं बोलली तेव्हा त्यांच्या बोलण्याचा विषय बाबा होते.

शेन म्हणाला, "हा असाच वागणार अशी मला भीती होतीच. बोलूनचालून जो स्टारेट, त्याला आडमार्ग कसा मानवेल?''

"खरंच.''

"राहू दे सध्या याला असाच. हळूहळू येईल शुद्धीवर. त्याला सांग मरिअन... त्याला सांग की, शेननं मारलं म्हणून कुणी आपली मर्दुमकी कमी मानण्याचं काही कारण नाही.''

शेनच्या तोंडी त्याचं स्वतःचं नाव मोठं विलक्षण वाटलं; पण त्यात अहंकार नव्हता, बढाई नव्हती; शेन साधं सरळ सत्यच सांगत होता. त्याच्यातल्या सामर्थ्याइतकंच साधं, सरळ आणि फार अस्सल!

आई म्हणाली, "मी ते त्यांना सांगायला नको. त्यांना माहीत आहे ते.'' ती जागची उठली. "पण मला एक गोष्ट विचारून घ्यायची

आहे. मला ती कळायलाच हवी. आपल्याकडे पुष्कळ काही बोलण्याजोगं होतं आणि आपण दोघांनी ते राखून ठेवलं, बोललो नाही हे ठीकच झालं; पण एवढी एक गोष्ट कळली नाही तर पुढं नेहमीच फार त्रास होईल मला. माझ्या प्रश्नाला तुम्ही काय उत्तर देता, त्यावर माझं यानंतरचं पुष्कळसं काही अवलंबून आहे; म्हणून खरं आणि स्वच्छ सांगा, तुम्ही करता आहात हे केवळ माझ्यासाठी करता आहात का?''

शेन एक क्षणभर गप्प होता. तो क्षण युगासारखा वाटला. अखेर तो उद्गारला, ''नाही, मरिअन.'' तो आता खिडकीपाशी अंग चोरून बसलेल्या मला, निश्चेष्ट बाबांना आणि आईला, आम्हा सर्वांना नजरेत सामावून घेऊ बघत होता. आमचं सारं घर तो अंतःकरणात भरून घेऊ बघत होता. भोवतालचं सारं तो त्याच्या त्या विलक्षण नजरेनं पिऊन घेऊ पाहत होता. क्षणमात्रच त्याची दृष्टी अशी भिरभिरली आणि मग केवळ आईवर विसावली. फक्त आईच आता त्याला दिसत, भासत होती; जाणवत होती.

''नाही मरिअन.'' तो उद्गारला, ''तुला मनात वेगळी करून मी कसा जगू शकेन?''

मोठ्या मुष्किलीनं त्यानं डोळे आईवरून कसेबसे बाजूला काढले. खुल्या दाराबाहेरच्या गडद काळोखात ते खुपसले. त्याची मुद्रा ताठरली. ओठ एकमेकांवर घट्ट बसले. मनानं तो पुढचं, सारं पाहू लागला; त्यात पोहोचला. तो निघाला. इतक्या सहजपणे आणि बिनबोभाट तो बाहेरच्या काळोखात जाऊन मिसळला की, आम्हाला ते नीटसं कळलंही नाही...

१४

त्या रात्री मी घरात राहणं शक्यच नव्हतं. मनात फक्त एकच ध्यास भरून राहिला होता; शेनमागून जाणं. आई शेनकडे पाहत होती तोवर मी गप्प बसून राहिलो. शेन गेला. आईला मी तिथं आहे हे कळलं आहे का, याचा मी जरा अंदाज घेतला; पण तिला तशी काहीच जाणीव नव्हती. एरवी तिनं मला हाक मारली असती. जवळ बोलावलं असतं; पण ती तिच्याच विचारात एकटी बसून राहिली. अच्चळ उठून मी रात्रीच्या काळोखात पळालो.

शेन बाहेर कुठंच दिसला नाही. त्याची चाहूल घेत जरा वेळ अंधारात उभा राहिलो. मग वाटलं, तो गेला; पण नाही. कोठीतून तो पुन्हा बाहेर येताना दिसला. त्याच्या हाती घोड्याचं जीन होतं. त्याबरोबरच त्याच्या चीजवस्तूचं छोटं गाठोडं पाहून काळजात कुठंतरी कळ उठली. तो भराभर कोंडवाड्याकडे गेला आणि त्याच्या घोड्याला त्यानं हाक घातली. मी काय करायला हवं ते आता मला समजून चुकलं. कुंपणाच्या अंगानं दबकत दबकत मी फाटकाबाहेर निसटून सडकेवर आलो. फाटकापासून पुरेशा अंतरावर येताच गावाच्या दिशेनं धावत सुटलो. धावता येईल तेवढा, जीव खाऊन मी धावत सुटलो. सडक तशी पायाखालची होती. रोज इथूनच मी शाळेला चालत जायचो; पण रोज ती एवढी लांब, एवढी अतूट वाटली नव्हती. आता पळताना मात्र असं वाटलं की, कधी संपणार ही? कधी येणार गाव? मिनिटामिनिटानं ती जणू लांबतच होती.

मी शेनच्या दृष्टीला पडून चालणार नव्हतं. म्हणून धावतानाच अधूनमधून मी मागे मुरडून पाहत होतो. तो सडकेला दिसला तेव्हा जॉन्सनची वाडी मागे टाकून मी शिपस्टेडच्या वाडीशी पोहोचलो

होतो. आणखी थोडी सडक तुडवली की, गावाची वेसच. आता सडक सोडून मी घाईनं बाजूच्या एका मोठ्या दरडीकडे धावलो, तिच्या मागे चढून दडून राहिलो, आता मी शेनला दिसलो नसतो.

त्या काळोखात शेन त्याचा घोडा दौडवीत वेगानं येताना दिसला. हा शेन मला माझा शेनकाका वाटला नाही. हा पहिल्या दिवशी मला दिसला तो शेन, कुठून तरी तो आला होता, कुठंतरी चालला होता. निधडा आणि एकांडा शेन, अनोळखी शेन, गूढ, रहस्यमय शेन.

मला काय झालं कुणास ठाऊक, माझा माझ्यावर ताबाच राहिला नाही. मी मोठ्यांदा ओरडलो. त्या भरात दरडीवरून सरळ खाली कोसळलो. कसाबसा मी उठून उभा राहतो तोवर शेन घोड्यावरून उडी मारून खाली उतरला आणि आपल्या भक्कम बाहूंनी त्यानं मला अलगद वर उचललं. मी त्याच्याकडे पाहिलं. पाहताना माझे डोळे भरले होते. काळजात मनस्वी भीती दाटली होती. त्याच्याकडे पाहिलं, त्याच्या हातात तसा उचलला गेलो आणि सारी भीती कुठच्या कुठे पळाली. हा शेन काही पहिल्या दिवशीचा अनोळखी शेन नव्हता. हा माझा शेनकाकाच होता. मला हळुवारपणे हेलकावीत, माझ्याकडे पाहत आता तो मंदपणे हसत होता.

"अरे बिट्ट्या, ही वेळ तुझ्यासारख्या पिटुकल्यांं बाहेर पडण्याची नव्हे. चल, घरी पळ आधी. आईकडे जा. मी म्हटलं ना, सगळं काही ठीक होईल म्हणून?"

मला त्यानं हळूच हातचं सोडलं आणि सावकाश वळून तो पुढं पसरलेल्या विस्तीर्ण धूसर प्रदेशाकडे, त्याही पलीकडे पाहू लागला. म्हणाला, "पाहिलंस बिट्ट्या? इकडे जरा पाहून घे. असंच हे नजरेत भरून घे, काळजात साठवून ठेव. किती सुंदर आहे हा भाग, बिट्टू! लहान व्हावं आणि इथं राहावं, इथं वाढावं, केवळ अंगानं नव्हे, मनानं वाढावं. माणसानं असंच वाढायला हवं."

तो पाहत होता. तिकडे मी पाहिलं. दिसत होतं ते सारं तसं म्हटलं तर जुनंच होतं. नेहमीचं होतं; पण त्या क्षणी असं वाटलं की, जणू मी ते प्रथमच पाहतो आहे. ते नवं वाटलं, फार फार सुंदर वाटलं. पाहतापाहता मन खळबळलं. मी इतका हलून गेलो की, अजाणता शेनला बिलगू पाहिलं; पण तो कुठं होता?

तो त्याच्या घोड्यावर चढत होता. निमिषभरात त्यानं घोड्यावर मांड रोवली. त्या काळोखात त्याची छायाकृती घोड्याशी एकजीव झाली. लांबवर सुमारे एक फर्लांगावर ग्रॅफ्टनच्या इमारतीवाटे पिवळ्या प्रकाशाचे कवडसे बाहेर सांडले होते, त्या दिशेनं घोडा आणि स्वार निघाले. मी परत घरी जाण्याचा प्रयत्न केला; पण शेनमागे जाण्याची ओढ फार जबरदस्त होती. मी तसाच वेड्यासारखा धावत पळत सडकेनं त्याच्यामागे निघालो.

मी मागून येतो आहे हे त्याला कळलं होतं किंवा काय कोण जाणे; पण तो पुन्हा थांबला मात्र नाही. ग्रॅफ्टनच्या 'सलून'च्या दाराबाहेर बरीच माणसं उभीं होती. रेड मार्लिनच्या केसांमुळे तो लांबूनसुद्धा पटकन् ओळखू येत होता. ते सारे एकसारखे सडकेकडे डोळे लावून उभे होते. शेन मध्यंतरीच्या एका घराच्या कवडशात ओझरता दिसताच रेड तातडीने 'सलून'मध्ये धावला.

'सलून'लगतच्या दुकानाच्या पायऱ्यांशी शेननं घोडा रोखला. खाली उतरल्यावर त्यानं तो कुठंही बांधला नाही, मोकळा सोडला. घोड्यालाही याचा अर्थ समजलासा दिसला. तो जागच्या जागी स्वस्थ आणि हुशार उभा राहिला. कोणत्याही क्षणी, गरज भासेल तेव्हा, धन्याला पाठीवर घेऊन तो वाऱ्याशी शर्यत घेत धावत सुटणार होता.

मिनिटभर शेन तिथं तसाच थांबला. अजून तिथंच रेंगाळणाऱ्या दोघाजणांना त्यानं विचारलं, "फ्लेचर कुठाय?"

त्यांनी एकमेकांकडे पाहिलं. मग शेनकडे बघितलं. एकजण धीर करून बोलू लागला, "ते– आज रात्रीच–" पण शेनच्या प्रश्नानं त्याचं बोलणं मध्येच तोडलं.

"फ्लेचर कुठं आहे?" शेनचा सूर दबका तितकाच उग्र होता. निकडीचा होता. प्रश्नासरशी आता, शब्द गिळून त्या बोलणाऱ्याने आतल्या दिशेला बोट दाखवलं आणि दोघंही शेनच्या मागर्तून बाजूला होण्याकरता लगबगीनं वळले. पुन्हा शेननं त्यांना दटावलं, "आत चला, असेच्या असे थेट बारपर्यंत चला. खबरदार वळाल तर..."

दोघे गडबडले; न वळता धडपडत 'सलून'च्या दाराकडे निघाले. कसंबसं दार उघडून त्यावाटे आत गेले. त्यांनी उघडलेल्या दाराच्या फळ्या आत येताच शेननं त्या एकेका हातानं पकडल्या आणि त्या

जोरानं बाहेरच्या अंगाला खेचून दरवाजा सताड उघडला आणि त्यावाटे तो आत दिसेनासा झाला. फळ्या मागे येऊन जागच्या जागी झुलत राहिल्या.

मी झटझट दुकानाच्या पायऱ्या चढलो, दुकानात घुसलो. दुकानात सॅम ग्रॅफ्टन आणि मिस्टर वेअर एवढे दोघेच होते आणि दोघेही लगतच्या 'सलून'च्या दाराकडेच लगबगीने निघाले होते. मी त्यांच्या नजरेला पडलो नाही. त्यांच्या मागे जात, माझ्या नेहमीच्या ठरलेल्या जागी खोक्यावर जाऊन बसलो. इथून मी त्या दोघांच्या पलीकडचं सारं अगदी सहज पाहू शकत होतो.

'सलून' गजबजलेलं होतं. गावातला जवळजवळ प्रत्येकजण तिथं दिसत होता. नव्हते काय ते आमच्या बाजूच्या वाड्यांवरले कोणी. नवे अनोळखी चेहरेही बरेच दिसले. 'बार'ला लागून बरीच गर्दी उभी होती. शिवाय टेबलाभोवतीही माणसांचे घोळके बसलेले होते आणि सारी टेबलं भरून शिवाय टोकाच्या भिंतीशी अनेकजण उभे होते ते निराळेच! एवढ्या साऱ्या गर्दीत, अनेक माणसं उभी असताना, टोकाच्या एका टेबलापाशी एकच खुर्ची रिकामी कशी होती, कोण जाणे; पण ती प्रथमदर्शनीच नजरेत भरत होती, अगदी सलत होती.

तिच्या मागे भिंतीशी रेड मार्लिन उभा होता. माझ्या नजरेसमोरच तो त्या रित्या खुर्चीत जाऊन बसला. अशा हक्कानं बसला की, जणू सुरुवातीपासून ती त्याचीच होती.

आज ग्रॅफ्टनचा 'सलून'चा धंदा तेजीत होता. एखाद्या संध्याकाळी तो असा अचानक वाढे. यात कोणतंही नवल नव्हतं; पण या वरवरच्या तेजीमागे आज काहीतरी उणं होतं, चुकलेलं होतं आणि हे तीव्रतेनं जाणवत होतं. या एवढ्या गर्दीमुळे जो मोठा गोंगाट, गजबजाट व्हायचा तोच त्या क्षणी उणा होता. संभाषणांचा गलबला नव्हता, हसण्याचे तारस्वरातले कल्लोळ नव्हते. वादविवादांचा कडाका नव्हता. काही नव्हतं. बाबांना सारं कसं ओकं ओकं वाटत होतं. 'सलून'मधल्या प्रत्येकाचे डोळे खिळले होते दारावाटे नुकत्याच आत आलेल्या एका व्यक्तीकडे. साऱ्या नजरा एकवटल्या होत्या त्या एकाच एकांड्या आकृतीवर.

हा माझ्या कल्पनेतला, माझ्या स्वप्नातला शेन होता. हा होता

भयावह, जरब टाकणारा आणि मोठा धोक्याचा. माणसांनी तुडुंब भरलेल्या त्या जागेत तो एकटा सर्वांना सामोरा होऊन उभा होता.

साऱ्या 'सलून'भर शेनचे डोळे भिरीभिरी हिंडले. समोरच्या कोपऱ्यात, एका छोट्या टेबलाशी, हॅट डोळ्यांवर ओढून बसलेल्या एकावर ते स्थिरावले. तो स्टार्क विल्सन असल्याचं मी पाहताक्षणी ताडलं. काही विलक्षण नजरेनं तो शेनला न्याहाळत होता. पुन्हा एकवार शेनची नजर भिरभिर, प्रत्येक माणूस पारखून घेत निघाली. भिंतीपासच्या एका माणसावर ती खिळली. आता त्यात लकाकी उमटली. शेनच्या जिवणीशी स्मित उमटलं. तो तसाच पाहत होता. तो क्रिस होता. त्याचा हात गळ्यातल्या झोळीत अडकवलेला होता. एका पायावरून तो आता दुसऱ्या पायावर विसावला. मग जरा ताठ झाला. त्याचे खांदे मागे गेले, छाती उंचावली. त्याच्या मुद्रेवरही आता स्मित उमटलं, त्या स्मितात उमदेपणा होता, स्नेह होता. अखेर एकदाची मनाची खूण पटली असल्याचा नवा प्रत्यय होता.

पण शेनची नजर एकसारखी पुढेच सरकत होती. आता ती रेड मार्लिनवर खिळली. तिथून 'बार'मागे अंग चोरून उभ्या असलेल्या विल ऑटकेवर ती रोखली गेली.

"फ्लेचर कुठं आहे?"

"मला काही कल्पना नाही, इथं होता खरा मघांपर्यंत." 'बार'वर हात ठेवून कसाबसा सावरत विल उत्तरला. आपल्याच आवाजाची जणू त्याला मनस्वी भीती वाटत होती.

शेन आता जागचा हलला. संथपणे चालू लागला. आसपासच्या कुणाकडेही तो आता पाहत नव्हता. पुरं 'सलून' ओलांडून तो पलीकडे गेला आणि ग्रॅफ्टनच्या कचेरीत शिरला. तिथून पलीकडच्या अंधारात दिसेनासा झाला.

आणि बाहेर अजून सारं निःशब्द, शांत होतं. तंग होतं. शेन ग्रॅफ्टनच्या कचेरीच्या दाराशी पुन्हा दिसला. त्याचे डोळे आता रेड मार्लिनवर रोखलेले होते.

"फ्लेचर कुठं आहे?"

विरुद्ध बाजूच्या कोपऱ्यात बसलेला स्टार्क विल्सन आता जागचा उठला.

''स्टारेट कुठं आहे?''

हे शब्द उमटून विरत नाहीत तोवर शेन 'सलून'च्या दर्शनी भागाकडे चालू लागला; पण विल्सनही आता उभ्या जागेवरून चालत निघाला. तो दरवाजाकडे गेला, दरवाजाच्या डाव्या अंगाला त्यानं एक जागा धरली. इथून काही कदमांवर मागे भिंत होती. 'बार' आणि मध्यभागाची टेबलं, यांच्या दरम्यानचा मोठा रिता पल्ला आता पुरेपूर त्याच्या कक्षेत येत होता आणि शेन हळूहळू याच खुल्या जागेत येत होता.

विल्सनपासून जेमतेम पाच पावलांवर येऊन शेन थांबला. एकंदर परिस्थिती त्याला आवडली नाही. विल्सनच्या पाठीशी भिंत होती आणि तो स्वतः मात्र अगदी उघड्यावर उभा होता.

ते दोघे तसे समोरासमोर ठाकले आणि 'बार'लगतची माणसं 'सलून'च्या पलीकडल्या टोकाकडे धावण्याच्या गडबडीत एकमेकांना धडकली, सैरावैरा पळत सुटली. विल्सनला स्वतःविषयी चांगलाच आत्मविश्वास दिसत होता. शेन किती भयंकर माणूस आहे हे त्याला उमगलेलं नव्हतं असं नव्हे; पण अजूनही, या सबंध भागात आपली बरोबरी कुणीही करू शकणार नाही, अशी त्याची बालंबाल खात्री दिसत होती.

त्यानं पुन्हा एकवार विचारलं, ''स्टारेट कुठं आहे?'' त्याच्या प्रश्नात आता खोच आली होती.

हे शब्द शेनच्या जणू कानांपार निघून गेले, त्यानं त्यांची दखलच घेतली नाही. तो सौम्यपणे म्हणाला, ''फ्लेचरला मला काही सांगायचं होतं; पण समजा, ते पुढं केव्हातरी पाहता येईल. तू मात्र बराच लुडबुडणारा माणूस दिसतोस, विल्सन. आधी मी तुझाच समाचार घेणार आहे.''

विल्सनची मुद्रा निर्विकार राहिली. तो म्हणाला, ''हे बघ तुझं माझं भांडण नाही. स्टारेटचा माणूस असलास तरी मला तुला हात लावायचा नाही. इथून बाहेर पड आणि मोकळा हो बरं, मला स्टारेट हवा आहे.''

''विल्सन, तुला काय हवंय आणि काय मिळणार आहे त्यात फार फरक आहे. तुझे दिवस भरले, विल्सन.''

विल्सनला हे ऐकू गेलं, नीट समजलं. त्याची मुद्राच ते सांगत होती. अर्नी राइटला त्यानं खेळवलं होतं, तसं आता हा भयंकर माणूस त्यालाच खेळवीत होता. शेनचा त्यानं अंदाज घेतला. तो फारसा मनासारखा नव्हता. त्याच्या मुद्रेवर भय नव्हे; पण एक प्रकारचं गूढ नवल उमटलं. आता यातून त्याची सुटकाच नव्हती. शेन त्याला हातचा सुटू देणार नव्हता.

पुन्हा एकवार सौम्य सुरात शेन म्हणाला, ''विल्सन, मी थांबलो आहे. तुझं पिस्तूल सरसावायला तुला सक्तीनं भागच पाडायला हवं का?''

काळ थांबला होता; थिजला होता. ते दोघे समोरासमोर उभे ठाकून एकमेकांच्या नजरांत तसं पाहत होते आणि एका प्रचंड आवाजानं खोली हादरली. इतक्या आकस्मिकपणे सारं घडलं की, कसं घडलं तेही कळलं नाही. दोघांच्याही पिस्तुलांचा मिळून एकच एक मोठा, दीर्घ आवाज उमटला. शेन जागीच अगदी भक्कम उभा होता. विल्सन मात्र डगमगला. त्याचा उजवा हात निकामी होऊन लोंबू लागला. त्यातून रक्त वाहू लागलं. बोटांतून पिस्तूल गळून भुईवर पडलं.

विल्सन भिंतीकडे सरकला. त्याच्या मुद्रेवर मनस्वी विस्मय होता. त्याचा डावा हात आता कमरेच्या दुसऱ्या पिस्तुलाकडे गेला. तेवढ्यात शेननं आणखी एक गोळी झाडली. ती विल्सनच्या छातीतच घुसली. विल्सन सावकाश भिंत सोडून खाली खचू लागला आणि अखेर एका कुशीवर लोळला.

विल्सन पडला. शेन समोर कुठंतरी एकटक पाहत होता. त्याचं सारं भान हरपल्यासारखं दिसत होतं. तो माणसांत नव्हताच. त्यानं यांत्रिकपणे पिस्तूल पट्ट्यात खुपसलं. विलक्षण व्यथित सुरात तो उद्गारला, ''त्याला मी संधी दिली होती.'' मला त्या शब्दांचा अर्थ कळला नाही. आता शेनच्या शर्टावर एक गडद लालसर डाग दिसत होता, तो पसरत होता. इतरांनाही तो दिसला. एकदम अनेक दबके उद्गार उमटले; गजबज, कुजबुज सुरू झाली.

आणि 'सलून'च्या मागच्या बाजूने उमटलेल्या बाराने ते सारं पुन्हा निकालात काढलं. शेनच्या बाहीजवळून वारा धावल्यासारखं वाटलं आणि बरोबर मागचं तावदान खळ्दिशी फुटून चक्काचूर झालं.

आणि मला दिसलं. फक्त मलाच ते दिसलं. बाकीचे सारे बार उमटला, त्या दिशेला वळून पाहत होते. माझे डोळे मात्र शेनकडे लागले होते आणि मला ते दिसलं. एकाच चपळ हालचालीने शेन क्षणार्धात आपादमस्तक फिरला. मस्तक, शरीर, पावलं सारं त्या गिरकीत अत्यंत मुलायम लयबद्धपणे हललं. समर्थपणे हललं. हात उंचावला, पिस्तूल हाती आलं. बोट दाखवावं तसं रोखलेलं ते पिस्तूल मी पाहिलं. बार निघालेला ऐकला. हे सारं ती गिरकी पुरी होण्याच्या आत घडलं, हे विशेष!

शेनवर गोळी झाडू पाहणारा फ्लेचर त्या नेमानं 'सलून'च्या दाराशी लोळला. पडतापडता त्यानं स्वतःला सावरण्याचा, पुन्हा एकदा पिस्तूल रोखण्याचा प्रयत्न केला; पण त्यात ताकद नव्हती आणि जीवही नव्हता.

आणि अगदी लांबून कुठून तरी यावा तसा शेनचा आवाज उमटला, "इथंच हे संपलं असं मानतो मी." शेनच्या शर्टवरचा लाल डाग आता बराच मोठा दिसत होता; पण त्याला त्याची शुद्ध नव्हती किंवा फिकीर तरी नव्हती. हात स्थिर होते; पण ते अगदी संथपणे हलले. यांत्रिकपणे पिस्तूल पट्ट्यात म्यान झालं.

तो मागच्या मागे दारापर्यंत चालत गेला. दाराला टेकला. त्याच्या डोळ्यांतलं विलक्षण तेज आता निवलं होतं आणि तसा तो तिथं क्षणभरच उभा असताना काहीतरी घडलं.

ते काय, कसं हे सांगणं कठीण आहे; पण त्याच्यात आमूलाग्र बदल व्हावा तसा तो बदलला. त्याला जणू एकाएकी नवी ताकद प्राप्त झाली. नवा प्राण आला. अंग अंग तो एका नव्या जोमानं भरला, रसरसला. पाहता पाहता दुबळीक पळाली. थकवा निमाला. त्याच्यात एक नवं सामर्थ्य संचारलं.

एकाच दृष्टिक्षेपात साऱ्या 'सलून'भरची गर्दी घेत तो हळुवारपणे म्हणाला, "मी निघणार आहे; पण खबरदार कुणी मागून येईल तर."

आता त्यानं सर्वांकडे पाठ केली. अशा आत्मविश्वासानं तो वळला की, मागे काही करण्याची कुणाची प्राज्ञाच नव्हती. मग क्षणमात्र दाराच्या चौकटीत तो पाठमोरा उभा होता आणि पलीकडे आभाळभर गडद चांदणं पसरलं होतं. पुढच्याच क्षणी तो गेला, दार बंद होऊन

पुढेमागे झुलत राहिलं.

आता 'सलून'मध्ये एकच धमाल उसळली. सारेजण मोठमोठ्यांदा बडबडत विल्सन आणि फ्लेचरच्या प्रेताभोवती जमले. मात्र, एकहीजण दाराच्या जवळ गेला नाही. कुणीतरी जणू हद्द आखून द्यावी तसं दारापासूनचं काही अंतर अगदी साफ रितं राहिलेलं होतं.

सारेजण काय बोलत होते, काय करीत होते त्याच्याशी आता मला कर्तव्य नव्हतं. मला शेनला गाठायचं होतं आणि ते वेळेवर गाठायचं होतं.

मी दुकानाबाहेर धूम धावलो. शेन घोड्यावर स्वार झाला होता, त्याला टाच मारीत होता.

"शेनकाका!" मी ओरडलो. ओरडवेल तितक्या मोठ्यांदा ओरडलो. कुणी ऐकलं तरी आता मला फिकीर नव्हती. "शेनकाका, शेनकाका..."

त्यानं ऐकलं– तो वळला. माझ्यापर्यंत आला.

"बिट्ट्या! तू इथं काय करतोयस?"

"मी इथे बऱ्याच वेळापासून आलो आहे." मी त्याला सांगितले. "तू मला सांग, तो विल्सन...?"

मला कशाचा त्रास होतोय हे त्याला नेमके ठाऊक होते. त्याला ते नेहमी बरोबर कळायचे.

तो म्हणाला, "विल्सन.. अतिशय वेगवान होता.. मी आजवर इतकं वेगवान कुणालाही पाहिलेलं नाही."

माझे अश्रू ओघळू लागले होते. मी म्हटलं, "मला त्याची पर्वा नाही. तो सर्वांत जास्त वेगवान असला तरीही मला त्याची पर्वा नाही. तो तुला कधीही गोळी मारू शकणार नाही. मारू शकेल का? पण तू त्याला नक्की थेट मारू शकशील. जर तू थोडा सराव केलास तर मारशील की नाही?"

तो काही काळ संकोचून गेल्यासारखा झाला. त्यानं माझ्याकडे रोखून पाहिलं आणि त्याला माहीत होतं की या मुलाच्या डोक्यात काय सुरू आहे आणि या चिखलातल्या, घाणेरड्या वाढलेल्या काळात आपल्याला स्वच्छ ठेवणारे काय आहे, हेदेखील तो जाणून होता.

"होय नक्कीच बिट्टू. त्याच्या बंदुकीची नळी कधीच रिकामी झालेली नाही."

त्यानं मला उचलण्यासाठी हात खाली केला; पण त्याच्या छातीत एक भयंकर वेदना उमटलीशी दिसली. हात झटक्यानं मागे गेला, छातीवर घट्ट दाबून राहिला.

ते पाहून मला इतकं वाईट वाटलं, इतकं वाईट वाटलं की, सांगता सोय नाही; पण मी पडलो छोटा पोर. मी त्याबद्दल काय करू शकणार होतो? मी माझी नजर वळवली आणि चेहरा घोड्याच्या निबर, उबदार कुशीत घट्ट खुपसला.

"बिट्टू."

"काय, शेन काका..."

"माणूस शेवटी असायचा तसाच असायचा, बिट्टू. त्याला बदलणं शक्य नाही. मी प्रयत्न केला; पण हरलो. बाकी मला ते केव्हापासूनच माहीत होतं की, मी हरणार. अगदी त्या कुंपणावर बसलेला तो गोजिरवाणा पोर आणि त्याच्या मागे पुरुषार्थाचा पुतळाच असा त्याचा समर्थ बाप पाहिला ना, तेव्हाच मला कळलं. वाटलं की, एका मुलाला मिळाली नाही ती संधी या दुसऱ्या मुलाला त्याचा हा बाप नक्कीच देऊ शकेल..."

"पण- शेन- शेनकाका- तुम्ही-"

"एकदा हत्या घडली की, तिच्यापासून सुटका नाही, बिट्टू. सुटका नाहीच. पाठ पुरवणार मग ती. आणखी हत्या घडवणार. अशी ही रक्ताची भयंकर चटक! फार, फार भयंकर... फार त्रासदायक. आता सारं काही तुझ्यावर सोपवलंय मी बिट्टू. घरी जा. तुझ्या आईकडे, बाबांकडे जा. चांगला धडधाकट हो, मोठा हो आणि त्यांना जप. त्यांना जप बिट्टू. दोघांनाही."

"हो, शेनकाका..."

"आता आणखी एकच गोष्ट त्यांच्यासाठी मी करू शकतो."

घोडा माझ्यापासून झटक्यानं लांब झाला. शेन समोरच्या सडकेकडे, लांबच्या क्षितीजाकडे पाहत होता. तो निघाला. आता तो थांबणार नाही, परत फिरणार नाही; मी काही केलं तरी परत फिरणार नाही हे मला कळत होतं. शेन जसा आला तसा निघाला होता. जिकडून आला तिकडे परत निघाला होता. घोडा आणि स्वार अंधाराच्या त्या

गडद रसायनानं कसे एकजीव होऊन निघाले होते. वाटेतल्या खिडक्यांच्या कवडशांपार ते गेले... डोळ्यांच्या कक्षा ओलांडून गेले.

किती तरी वेळ मी वेड्यासारखा उभा होतो– डोळे फाडून अंधार पाहत होतो. आत, काळजात कोंडून, गुदमरून निघालो होतो. धड रडू येत नव्हतं आणि हलकंही वाटत नव्हतं. मी माझ्या एकाकीपणात हरवून गेलो. मी त्याला बाहेर जाताना, दरीच्या पलीकडे देशाच्या पार जाणाऱ्या रस्त्यावरून जाताना पाहिलं. तिथे काही लोक व्हरांड्यातच माझ्या मागे उभे होते. परंतु त्यांच्या काळ्या सावल्या लहान होत चालल्या होत्या, इतकेच मला समजत होते. चंद्रावरून एक ढग अलगद निघून गेला आणि तोदेखील एका काळ्या सावलीसारखा बदलून गेला. मी त्याला आता पाहू शकत नव्हतो आणि तो ढग जातच राहिला. क्षितिजाच्या दिशेने तो जात राहिला.

मी पायऱ्यांवरच आडवा झोपी गेलो. माझ्या भोवतीचे माणसांचे रित्या जगातले निरर्थक आवाज विरळ होत गेले. मिस्टर वेअरना मी तिथं तसा दिसलो. त्यांनी मला घरी नेऊन पोहोचवलं.

१५

मी निघालो तेव्हा होती तशीच त्याच जागी आई नि बाबा स्वयंपाकघरात बसलेली होती. बाबा आता ताठ बसून होते. कपाळाच्या कडेला लाल वण उठून दिसत होता. आम्हाला पाहून कुणीही जागचं उठलं नाही, पुढे आलं नाही. दोघंही तशीच बसून राहिली. आम्ही घरात शिरलो तेही त्यांनी तसंच निश्चल बसून पाहून घेतलं.

कुणी मला काहीसुद्धा बोललं नाही, विचारलं नाही. आईनं जवळ ओढून पोटाशी घट्ट धरलं; मला मांडीवर बसू दिलं. आधीच्या तीनएक वर्षांत तिनं मला असं बसवून घेतलं नव्हतं. बाबा एकटक मिस्टर वेअर यांच्याकडे पाहत होते. प्रथम कुणी बोलायचं हाच प्रश्न होता.

अखेर मि. वेअरच म्हणाले, ''स्टारेट, तुमच्या मागची साडेसाती एकदाची संपली.''

बाबा म्हणाले, ''त्यानं विल्सनला मारलं हेच सांगायला आला आहात तुम्ही. कुणीही त्याला टिपण्याच्या आत त्यानं विल्सनला अचूक टिपलं; खरं ना? मला केव्हापासून माहीत होतं ते. कसं झालं तरी शेन होता तो.''

''एकट्या विल्सनला नव्हे.'' वेअरनी बाबांना सांगितलं, ''फ्लेचरलादेखील.''

''काय म्हणता? फ्लेचरलादेखील? बाकी त्यात आश्चर्य तरी कसलं! तो ते करणारच होता.'' अजाणता की जाणता कोण जाणे, बाबांची बोटं आता त्यांच्या कपाळावरच्या वणावरून फिरत होती. ''ते त्याला एकट्याला, कुणाच्याही मदतीविना करायचं होतं वेअर. त्यानं हे केव्हाच सांगून ठेवलं होतं. बाकी वेअर, अशा वेळी मुकाट बसून

वाट पाहणं फार भयंकर. मला पुरती कल्पना आली.''

वेअरनी बाबांच्या कपाळावरच्या त्या वणाकडे पाहिलं. ते म्हणाले, ''होय तर; पण स्टारेट गावात प्रत्येकाला ठाऊक आहे की, तुम्ही खुशीनं मागे राहिला नाहीत आणि तुमच्याऐवजी शेननं फ्लेचरला जबाब द्यायला यावं हे अनेकांना आवडलं नाही.''

कसा कुणास ठाऊक; पण इथं मी बोललो. मी म्हणालो, ''तुम्ही त्याला पाहायलाच हवं होतं, बाबा. तो– तो इतका–'' मला खूप काही सांगायचं होतं पण शब्द सापडत नव्हते. ''तो इतका सुंदर दिसत होता म्हणून सांगू! आणि – आणि नंतर त्यानं मला काहीतरी सांगितलं – तेही फार फार सुंदर होतं. फारच छान होतं.''

''त्यानं सांगितलं!'' बाबा जागीच धाडदिशी उठून उभे राहिले. त्यांनी मिस्टर वेअरच्या कोटाची कॉलर गच्च पकडली. ''तुम्ही हे आधी का नाही मला बोललात? त्यानं सांगितलं! म्हणजे तो जिवंत आहे?''

''हो, हो.'' वेअर म्हणाले, ''तो अगदी सुखरूप आहे. तसं विल्सननं त्याला एकदा टिपलं; पण स्टारेट, त्या माणसाला गोळी लागतच नाही. मला तर वाटतं, त्याला मारणं कुणालाही अशक्य आहे.'' मिस्टर वेअरची नजर लांब लांब कसला तरी वेध घेत होती. ''तो माणूस कदाचित जगण्या-मरण्याच्या पलीकडचाच असावा; स्टारेट.''

बाबा आता वेअरना धरून गदागदा हलवीत विचारू लागले, ''तो कुठं आहे?''

वेअर म्हणाले, ''तो गेला. अगदी एकटा आणि एकाकी निघून गेला. त्याला जसं जायचं होतं तसाच तो गेला. तो या भागातून गेला, स्टारेट. कुठे ते कोण सांगणार?''

वेअरना पकडलेले बाबांचे हात आता एकाएकी निर्जीवपणे खाली गळाले. कसेबसे ते एका खुर्चीत बसले. त्यांनी त्यांचा पाइप उचलला आणि तो बोटांनी काड्कन मोडून टाकला. त्याचे तुकडे खाली पडत असताना ते निरखत राहिले. व्हरांड्यात जेव्हा पावलांचा आवाज झाला, तोपर्यंत ते त्याकडेच एकटक पाहत होते. जमिनीकडे एकटक नजर लावून होते. तेवढ्यात नवी पावलं वाजली. एकजण स्वयंपाकघरात आला. तो क्रिस होता. त्याचा उजवा हात गळ्यातल्या झोळीत अडकवलेला होता. त्याचे डोळे मनस्वी लकाकत होते. त्याचा चेहरा

विलक्षण आरक्त दिसत होता. त्याच्या डाव्या हातात त्यानं एक बाटली धरली होती. त्यात 'सोडा पॉप' होता. तो सरळ आत आला. त्यानं ती बाटली जोरानं टेबलावर आदळली. आपणच केलेल्या या आवाजानं मग त्याचा तोच दचकला. त्याला बोलताना त्रास होत होता, तरीही तो बोलला. फार ठाम सुरात बोलला. तो म्हणाला, ''या बिट्टूकरता आणलीय. शेनची सर मला यायची नाही, स्टारेट; पण हा एवढा हात बरा झाला की मात्र तुमच्याकडे कामाला ठेवा म्हणून सांगायला आलोय मी.''

बाबांचे ओठ हलले; पण त्यातून शब्द उमटले नाहीत. अखेर आई बोलली. ती म्हणाली, ''हे शेनला आवडेल, क्रिस.''

अजूनही बाबा काही बोलले नाहीत. त्यांच्याकडे पाहून हे कुणालाही उमगलं असतं की, त्या क्षणी त्यांच्या बाबतीत कशाचाही उपयोग होण्यासारखा नव्हता. ना शब्दांचा, ना कृतीचा. क्रिसला, वेअरना हे कळलं. ते दोघेही त्या पावली बाहेर निघून गेले.

मी नि आई तसेच बसून बाबांना पाहत होतो. आमच्याही हाती काही शिल्लक नव्हतं. त्यांचे तेच केव्हातरी त्यातून बाहेर पडू शकणार होते. एखाद्या चित्रासारखे, पुतळ्यासारखे अगदी दगडासारखे ते तिथं निश्चल बसून होते. हलत नव्हते. चळत नव्हते. त्यांची पापणीदेखील लवत नव्हती. श्वाससुद्धा जणू थांबला होता आणि मग एकदम ते उठले, इतस्ततः फेऱ्या घालू लागले. एकदा इकडे, एकदा तिकडे असे ते फिरत राहिले आणि मग ते दाराबाहेर निघून गेले. घराभोवती आम्ही त्यांची पावलं ऐकली, अस्पष्ट होत ती शेताच्या दिशेला गेली. मग सारं निःस्तब्ध झालं.

नंतर आई नि मी तिथं किती वेळ बसलो, माहीत नाही. अखेर आई उठली. मला तिनं तसंच कवेत धरून उचललं. चांगला आठ वर्षांचा मुलगा मी; पण मला तसा धरून ती माझ्या खोलीत घेऊन गेली. तिथल्या काळोखात तिनं माझे कपडे बदलले. मला बिछान्यावर झोपवून ती बिछान्याच्या कडेशी बसली आणि मग अगदी हळुवार, पुटपुटल्या स्वरात ती म्हणाली, ''बिट्टू, आता सांग, सारं सारं सांग मला. ते घडताना तुला सारं दिसलं तसं सांग.''

मी सांगितलं, सारं सांगून संपलं तशी ती पुटपुटली, ''थँक यू!''

खिडकीबाहेर पाहत तिनं ते शब्द तसेच पुन्हा एकदा उच्चारले; पण ते माझ्यासाठी नव्हते, कितीतरी वेळ ती खिडकीबाहेर, लांबवरच्या धूसर डोंगराकडे टक लावून तशीच बसली होती. केव्हातरी मला झोप लागली.

आई रात्रभर माझ्या बिछान्याशीच असावी; कारण, तिच्या जाण्याचा क्षण मला आणखीनच दुर्बल करून गेला. सकाळी मी जागा झालो तेव्हा, ती रात्री बसली होती त्या जागेवर ऊब होती. मी उठलो. स्वयंपाकघरात डोकावलो. बाहेरच्या दारात ती पाठमोरी उभी होती.

मी कपडे चढवले. तिच्याकडे गेलो. तिनं माझा हात धरला. मी तिचा हात धरून ठेवला. तसं असणं बरं वाटत होतं. मग आम्ही दोघांनी मिळून बाबांना शोधून आणलं. वाडीच्या अगदी एका टोकाशी, शेननं त्या दिवशी तो बुंधा तोडून वाढवलेल्या टोकाशी ते एकटेच बसून होते. डोंगरामधल्या नदीच्या रुपेरी चिरेमागून आता सूर्य वर येत होता. पहिला प्रकाश फाकत होता. नवा दिवस उजाडला होता. बाबा हातावर डोकं टेकून बसले होते. त्यांनी आमच्याकडे प्रथम पाहिलं तेव्हा त्यांचे डोळे विचित्र भासले. त्यांत अगदी कसला तरी अनोळखीच भाव दिसला. त्यात मनस्वी थकवा भासला.

निर्जीव सुरात ते म्हणाले, ''मरिअन, या वाडीचा, इथल्या सगळ्याचा कंटाळा आलाय. जीव उडालाय इथनं, मरिअन. आता किती दाबून ठेवला तरी नाही रमणार तो इथं. इथला सारा लागाबांधा आता संपला. मला कळतंय, तुला हे सहन होण्याजोगं नाही. बिट्टूला याचा त्रास होईल; पण आपल्याला आता इथून जायचं. इथं राहायचं नाही आता. आपण मोंटानाला जाऊ. तिथं म्हणे पुष्कळ जमीन पडून आहे...''

बाबांचं बोलून संपेपर्यंत आई काही बोलली नाही. तिनं माझा हात सोडला होता. ती ताठ उभी होती. तिच्या नजरेत त्वेष होता; पण बाबांना ती त्या वेळी काही म्हणाली नाही.

अखेर ते स्तब्ध राहिले आणि आई म्हणाली, ''समजलं मला. आता शेन इथं राहिला, तर तुम्ही त्याला अंतर देणार? त्याला सोडून जाणार? त्याच्याशी दगलबाजी करणार?''

''पण मरिअन, तसं नव्हे, तसं नव्हे ते. मरिअन, शेन गेला.''

''नाही. गेला नाही. तो आहे, इथं या वाडीवर आहे. तो आपल्या सभोवती सगळीकडे भरून राहिला आहे. तो आपल्यात आहे! ऐकलंत? तो आपल्यात आहे! आता कधीसुद्धा आपल्याला सोडून जाणार नाही.''

धावतच ती, शेननं ठोकलेल्या, कुंपणाच्या डांबांशी गेली. हातानी त्यावर बुक्के मारीत म्हणाली, ''या, इकडे या आधी, आधी या म्हणते ना. हा धरा. पकडा हा – खाली ओढा, उपटून टाका.''

बाबा मूढ होऊन आईकडे पाहत होते– पण त्यांनी मुकाट्यानं ती म्हणाली तसं केलं. त्या क्षणी तिला कोण नाही म्हणणार होतं? बाबांनी तो बळकट डांब धरून उखडून काढण्यासाठी नेट लावला. त्यांची सारी अवाढव्य ताकद एकवटून ते प्रयत्न करू लागले; पण डांब जागचा हलला नाही.

ते घामाघूम, लालबुंद मुद्रेनं आईकडे वळले.

''पाहिलंत?'' आईनं गहिवरून म्हटलं.

''समजलं ना मी काय म्हणते ते? या डांबासारखं या मातीत भक्कम पुरले गेलो आहोत आपण. आता इथून कधीही यानंतर हलणं नाही. सोडा तो विचार.''

बाबांची थकली, भागली मुद्रा आईच्या या उद्गारांनी पाहता पाहता उजळली. समाधानानं, कृतज्ञतेनं त्यांची नजर चिंब भिजली. त्यांच्या ओठातून आशेचं, नव्या उमेदीचं, नव्या जाणिवेचं स्मित फुटलं.

१६

सांगायचं ते आता संपलं, गावात घरोघरी शेनच्या हकिगती लोक एकमेकांना रंगवून सांगत. शाळेतली मुलं जिभेवर घोळवीत. मी मात्र कधीच तसं केलं नाही. ग्रॅफ्टनच्या 'सलून'मधल्या त्या धकाधकीच्या रात्री गावाचा इतिहास बनला, त्यात खरीखोटी भर पडून त्यांचे पोवाडे झाले, साऱ्या खोऱ्यात त्या पसरल्या आणि सर्वांच्या झाल्या. मी मात्र कधीही त्या संदर्भात अवाक्षरही उच्चारलं नाही. त्यातलं खोटं खोडून काढलं नाही की खरं सुधारलं नाही. शेन माझा होता. शेन माझा, आईचा-बाबांचा होता आणि कशानं त्यात बदल घडू शकणार नव्हता.

आईचं म्हणणं अगदी खरं होतं. माझा शेनकाका आमच्या वाडीवरच होता, आमच्यात होता. कधीही जरूर भासली की, तो येई. डोळे मिटावेत, चित्त एकाग्र करावं आणि त्याचा उमदा सहवास मनसोक्त उपभोगावा. त्याच्याशी मनमोकळं बोलावं, मग त्याचा तो दिलाशाचा धीरगंभीर सूर ऐकत राहावं.

अनेक प्रसंग आठवावेत, नेमके क्षण दृष्टीसमोर उभे करावेत. उदाहरणार्थ, ग्रॅफ्टनच्या 'सलून'मध्ये त्यानं फ्लेचरवर गोळी झाडली तो क्षण. शब्दातीत असं त्या चपल हालचालीतलं सौंदर्य कल्पनातीत. डौल, एखाद्या प्रतिभाशाली चित्रकारानं क्षणचित्रात ओतावा तसा अगदी अवीट. मला आता दिसे तो शेन भला माणूस होता. कर्तव्यबुद्धीनं परंतु जीव ओतून तो प्रत्येक गोष्ट करीत होता.

आणि दर वेळी सरतेशेवटी माझ्या मनःचक्षूंसमोर येई तो गावच्या वेशीपाशी पोहोचलेला शेन. मारीन वा मरेन या निश्चयानं निघालेला. एका कोवळ्या मुलाला उचलून घेण्यासाठी तो थांबला होता. मग

त्यानं समोरच्या प्रदेशावर नजर टाकली होती. विस्तीर्ण, सुंदर प्रदेश, विलोभनीय प्रदेश. तो कोवळा पोर इथंच मोठा होणार होता. अंतर्बाह्य भरणार होता. वाढणार होता. माणसानं हवं तसा.

कधी कुणी आपापसांत शेनच्या भूतकाळाबद्दल चर्चा करीत, तर्क लढवीत; तेव्हा मी मनातल्या मनात हसत असे. येत्या-जात्या कुणा वाटसरूनं सोडून दिलेली एक कल्पना सर्वांच्याच चर्चेचा आणि विचारांचा विषय झाली होती. या वाटसरूचं म्हणणं शेन म्हणजे कुणी शेनॉन होता. आर्कांसान्स आणि टेक्सासमध्ये तो नेमबाज म्हणून मोठा प्रसिद्ध होता आणि का, कसा कोण जाणे; पण तो त्या भागातून एकाएकी अंतर्धान पावला. तोच हा शेन. ही वदंता चावून चोथा झाली तेव्हा आणखी उठल्या. येत्या-जात्या वाटसरूच्या सांगोवांगीच्या हकिगती जोडूनच या तयार झाल्या होत्या. यातलं काहीही मला ऐकावं लागे, ऐकू येई तेव्हा केवळ हसण्यापलीकडे मी त्याचा विचार करीत नसे. मला माहीत होतं की, यांतली एकही गोष्ट खरी नव्हती. यांतला कोणीही माझा शेन नव्हता. शेन असा नव्हताच.

अवाढव्य तळपत्या पश्चिमेतून आमच्या छोट्याशा खोऱ्यात एक दिवस तो एकटाच दौडत आला आणि त्याचं इथलं काम संपलं तसा आला; तिकडेच परत दौडत निघून गेला. एकटाच! शेन असा होता...

◆